BETHLEHEM: MODERN NA PAGTINGIN SA PALESTINIAN CUISINE

100 Contemporary Flavors mula sa Puso ng Palestine

CAROLINA MARIN

Copyright Material ©2024

Lahat ng Karapatan ay Nakalaan

Walang bahagi ng aklat na ito ang maaaring gamitin o ipadala sa anumang anyo o sa anumang paraan nang walang wastong nakasulat na pahintulot ng publisher at may-ari ng copyright, maliban sa mga maikling sipi na ginamit sa isang pagsusuri. Ang aklat na ito ay hindi dapat ituring na kapalit ng medikal, legal, o iba pang propesyonal na payo.

TALAAN NG MGA NILALAMAN

TALAAN NG NILALAMAN 3
PANIMULA 6
ALMUHAN 7
   1. Musakhan Rolls 8
   2. Foul Medames (Fava Beans) 10
   3. Za'atar Manakeesh 12
   4. Palestinian Shakshuka 14
   5. Jerusalem Bagels (Ka'ak Alquds) 16
   6. Yogurt at Dates Smoothie 18
   7. Sardina at Patatas na Hash 20
   8. Ful Medames 22
   9. Maldouf FlatBread 24
   10. Shakshuka 26
   11. Manoushe (Syrian Flatbread na may Za'atar) 28
   12. Tinapay ng Ka'ak 30
   13. Fatteh (Syrian Breakfast Casserole) 32
   14. Syrian Flatbread 34
   15. Labneh at Za'atar Toast 36
MGA MERYENDA AT PAMPAGANA 38
   16. Khubz (Flatbread) Chips 39
   17. Dates na may Almendras 41
   18. Falafel 43
   19. Spinach Fatayer 45
   20. Pinalamanan na Sibuyas 47
   21. Latkes 50
   22. Sari-saring Petsa Platter 52
   23. Foul 54
   24. Samosa 56
   25. Muhammara (Syrian Hot Pepper Dip) 59
   26. Baba Ghanoush 62
PANGUNAHING KURSO 64
   27. Jedra (Lentils and Rice) 65
   28. Stuffed Chicken (Djaj Mahshi) 67
   29. Inihaw na Manok (Djaj Harari) 70
   30. Mallow (Khuzaibah) 72
   31. Stuffed Zucchini (Mahshi Kpusa) 75
   32. Stuffed Cabbage (Mahshi Malfouf) 78
   33. Qalayet Banadora (Tomato Stew) 81
   34. Adobong Berdeng Olive 83
   35. Moussaka 85
   36. Lentil at Pumpkin Soup 87

37. Maanghang na Isda ng Gazan 89
38. Mangkok ng hipon 91
39. Spinach Pie 93
40. Musakhan 95
41. Thyme Mutabbaq 97
42. Malfouf 99
43. Al Qidra Al Khaliliya 101
44. Rissole: Minced Meat 103
45. Mejadra 105
46. Ang mataba ni Na'ama 108
47. Baby spinach salad na may mga petsa at almendras 110
48. Roasted butternut squash na may za'atar 112
49. Mixed Bean Salad 115
50. Root vegetable slaw na may labneh 118
51. Pritong kamatis na may bawang 120
52. Pritong cauliflower na may tahini 122
53. Tabbouleh 125
54. Sabih 128

MGA SOPAS 131
55. Bissara (Fava Bean Soup) 132
56. Shorbat Adas (Lentil Soup) 134
57. Shorbat Freekeh (Freekeh Soup) 136
58. Shorbat Khodar (Sabaw ng Gulay) 138
59. Beet Kubbeh (Kubbeh Soup) 140
60. Shorbat Khodar (Sabaw ng Gulay) 144
61. Gulay Shurbah 146
62. Watercress at chickpea soup na may rose water 148
63. Mainit na yogurt at barley na sopas 151
64. Pistachio na sopas 153
65. Nasusunog na Talong at Mograbieh Soup 156
66. Tomato at sourdough na sopas 159

SALADS 161
67. Tomato and Cucumber Salad 162
68. Chickpea Salad (Salatat Hummus) 164
69. Tabbouleh Salad 166
70. Fattoush Salad 168
71. Cauliflower, Bean, at Rice Salad 170
72. Petsa at Walnut Salad 172
73. Carrot at Orange Salad 174

DESSERT 176
74. Knafeh 177
75. Atayef 179
76. Basbousa (Revani) 181

77. Tamriyeh (Cookies na puno ng petsa) 183
78. Qatayef 185
79. Harisseh 187
80. Sesame Almond Squares 189
81. Awameh 191
82. Rose Cookies (Qurabiya) 193
83. Saging at Date Tart 195
84. Saffron Ice Cream 197
85. Cream Caramel (Muhallabia) 199
86. Mamoul na may Petsa 201
87. Syrian Namora 204
88. Syrian Date Brownies 206
89. Baklava 209
90. Halawet el Jibn (Syrian Sweet Cheese Rolls) 211
91. Basbousa (Semolina Cake) 213
92. Znoud El Sit (Syrian Cream-Filled Pastry) 215
93. Mafroukeh (Semolina at Almond Dessert) 217
94. Red Pepper at Baked Egg Galettes 219
95. Herb Pie 222
96. Burekas 225
97. Ghraybeh 228
98. Mutabbaq 230
99. Sherbat 233
100. Qamar al-Din Pudding 235

KONKLUSYON **237**

PANIMULA

Ahlan wa sahlan ! Maligayang pagdating sa "Bethlehem: modern na pagtingin sa palestinian cuisine" isang culinary journey na nag-iimbita sa iyo na tuklasin ang puso ng Palestine sa pamamagitan ng 100 contemporary flavors. Ang cookbook na ito ay isang pagdiriwang ng mayamang pamana sa pagluluto, makulay na sangkap, at mga makabagong pamamaraan na tumutukoy sa pagluluto ng Palestinian. Samahan kami sa pagsisimula namin sa isang modernong paggalugad ng mga tradisyonal na lasa na naipasa sa mga henerasyon.

Isipin ang isang mesa na pinalamutian ng mga mabangong nilaga, makulay na salad, at matatamis na pastry—lahat ay inspirasyon ng magkakaibang tanawin at kultural na impluwensya ng Bethlehem at higit pa. Ang "Bethlehem" ay hindi lamang isang koleksyon ng mga recipe; ito ay isang pagpupugay sa mga sangkap, diskarte, at kwento na ginagawang salamin ng kasaysayan, katatagan, at kagalakan ng mga komunal na pagkain ang lutuing Palestinian. Kung mayroon kang pinagmulang Palestinian o simpleng pinahahalagahan ang matapang at nuanced na panlasa ng Gitnang Silangan, ang mga recipe na ito ay ginawa upang gabayan ka sa mga masalimuot na pagluluto ng Palestinian.

Mula sa mga klasikong pagkain tulad ng maqluba hanggang sa mga kontemporaryong twist sa mezze at mapag-imbentong dessert, ang bawat recipe ay isang pagdiriwang ng pagiging bago, pampalasa, at mabuting pakikitungo na tumutukoy sa Palestinian cuisine. Nagho-host ka man ng isang maligayang pagtitipon o nag-e-enjoy sa maaliwalas na pagkain ng pamilya, ang cookbook na ito ang iyong dapat na mapagkukunan para sa pagdadala ng tunay na lasa ng Palestine sa iyong mesa.

Samahan kami habang binabagtas namin ang mga culinary landscape ng Bethlehem, kung saan ang bawat paglikha ay isang testamento sa makulay at magkakaibang mga lasa na ginagawang ang pagluluto ng Palestinian ay isang itinatangi na tradisyon sa pagluluto. Kaya, isuot ang iyong apron, yakapin ang diwa ng pagiging mabuting pakikitungo ng Palestinian, at magsimula tayo sa isang masarap na paglalakbay sa pamamagitan ng "Bethlehem: modern na pagtingin sa palestinian cuisine".

BREAKFAST

1. Musakhan Rolls

MGA INGREDIENTS:
- 2 tasang hinimay na nilutong manok
- 1 malaking sibuyas, hiniwa ng manipis
- 1/4 tasa sumac
- Langis ng oliba
- Asin at paminta para lumasa
- Flatbread o tortillas

MGA TAGUBILIN:
a) Igisa ang hiniwang sibuyas sa olive oil hanggang sa caramelized.
b) Magdagdag ng ginutay-gutay na manok, sumac, asin, at paminta. Lutuin hanggang uminit.
c) Painitin ang flatbread, pagkatapos ay sandok ang pinaghalong manok sa bawat isa at gumulong sa hugis na silindro.

2. Foul Medames (Fava Beans)

MGA INGREDIENTS:
- 2 lata fava beans, pinatuyo
- 2 cloves ng bawang, tinadtad
- 1/4 tasa ng langis ng oliba
- Juice ng 1 lemon
- Asin at kumin sa panlasa
- Tinadtad na perehil para sa dekorasyon

MGA TAGUBILIN:
a) Sa isang kawali, igisa ang bawang sa olive oil hanggang mabango.
b) Magdagdag ng fava beans, lemon juice, asin, at kumin. Lutuin hanggang mainitan.
c) I-mash ang ilang beans gamit ang isang tinidor. Ihain na pinalamutian ng tinadtad na perehil.

3.Za'atar Manakeesh

MGA INGREDIENTS:
- Pizza dough o flatbread
- 1/4 tasa ng za'atar spice blend
- 1/4 tasa ng langis ng oliba
- Sesame seeds (opsyonal)

MGA TAGUBILIN:
a) Painitin muna ang pugon. Pagulungin ang kuwarta sa isang patag na bilog.
b) Paghaluin ang za'atar na may langis ng oliba upang lumikha ng isang i-paste.
c) Ikalat ang za'atar paste nang pantay-pantay sa kuwarta, na nag-iiwan ng hangganan.
d) Kung nais, budburan ang mga buto ng linga sa itaas.
e) Maghurno hanggang sa maging ginintuang ang mga gilid. Hiwain at ihain.

4. Palestinian Shakshuka

MGA INGREDIENTS:
- 2 kutsarang langis ng oliba
- 1 sibuyas, pinong tinadtad
- 3 kampanilya paminta, diced
- 4 cloves na bawang, tinadtad
- 1 kutsarita ng ground cumin
- 1 kutsarita ng paprika
- 1/2 kutsarita ng cayenne pepper (adjust sa panlasa)
- 1 lata (28 oz) durog na kamatis
- Asin at paminta para lumasa
- 6-8 malalaking itlog
- Sariwang perehil para sa dekorasyon

MGA TAGUBILIN:
a) Init ang langis ng oliba sa isang malaking kawali. Magdagdag ng tinadtad na sibuyas at igisa hanggang sa maging transparent.
b) Magdagdag ng diced bell peppers at tinadtad na bawang. Lutuin hanggang lumambot ang mga sili.
c) Haluin ang ground cumin, paprika, at cayenne pepper.
d) Ibuhos ang mga durog na kamatis at timplahan ng asin at paminta. Pakuluan hanggang lumapot ang sauce.
e) Gumawa ng maliliit na balon sa sarsa at basagin ang mga itlog sa kanila.
f) Takpan ang kawali at lutuin hanggang maluto ang mga itlog ayon sa gusto mo.
g) Palamutihan ng sariwang perehil at ihain na may malutong na tinapay.

5. Jerusalem Bagels (Ka'Ak Alquds)

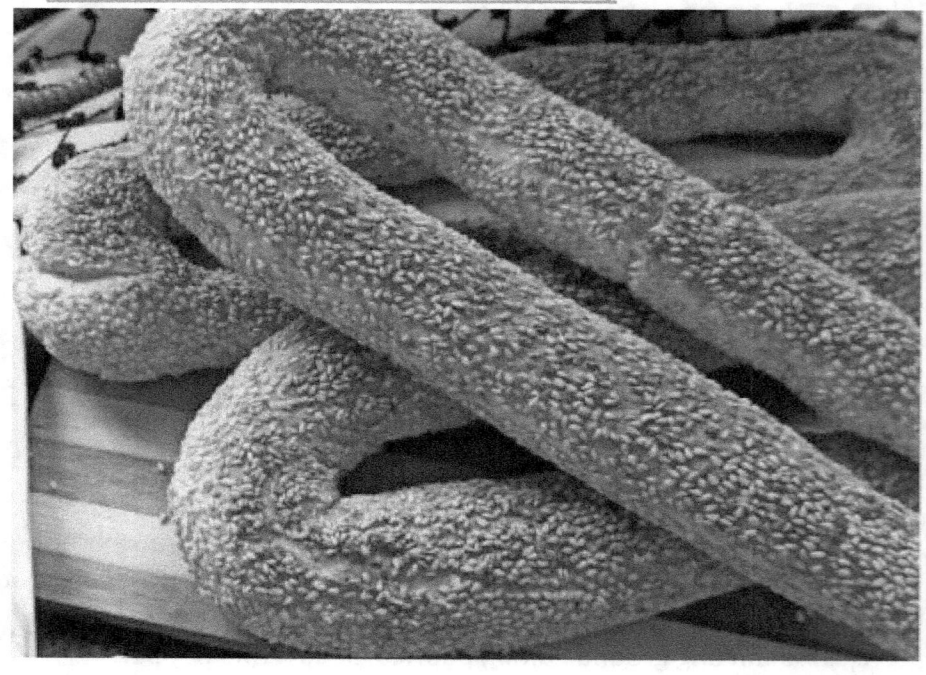

MGA INGREDIENTS:
- 4 na tasang all-purpose na harina
- 1 kutsarang asukal
- 1 kutsarang aktibong dry yeast
- 1 1/2 tasa ng maligamgam na tubig
- 1 kutsarita ng asin
- Sesame seeds para sa topping

MGA TAGUBILIN:
a) Sa isang mangkok, pagsamahin ang maligamgam na tubig, asukal, at lebadura. Hayaang umupo ng 5-10 minuto hanggang mabula.
b) Sa isang malaking mangkok ng paghahalo, pagsamahin ang harina at asin. Idagdag ang yeast mixture at masahin hanggang sa mabuo ang makinis na masa.
c) Takpan ang kuwarta at hayaang tumaas ng 1-2 oras hanggang dumoble ang laki.
d) Painitin muna ang oven sa 400°F (200°C).
e) Hatiin ang kuwarta sa maliliit na bahagi at hubugin ang mga ito sa mga singsing.
f) Ilagay ang mga singsing sa isang baking sheet, lagyan ng tubig, at iwiwisik ang mga buto ng linga sa itaas.
g) Maghurno ng 15-20 minuto o hanggang sa maging golden brown.

6. Yogurt at Dates Smoothie

MGA INGREDIENTS:
- 1 tasang pitted date
- 1 tasa ng yogurt
- 1/2 tasa ng gatas
- 1 kutsarang pulot
- Yelo

MGA TAGUBILIN:
a) Sa isang blender, pagsamahin ang mga pitted date, yogurt, gatas, at pulot.
b) Haluin hanggang makinis.
c) Magdagdag ng mga ice cubes at timpla muli hanggang sa maabot ng smoothie ang iyong ninanais na pagkakapare-pareho.
d) Ibuhos sa mga baso at ihain nang malamig.

7.Sardina at Patatas Hash

MGA INGREDIENTS:
- 2 lata ng sardinas sa mantika, pinatuyo
- 3 katamtamang patatas, binalatan at hiniwa
- 1 sibuyas, pinong tinadtad
- 2 kamatis, hiniwa
- 2 cloves ng bawang, tinadtad
- 1 kutsarita ng ground cumin
- 1 kutsarita ng ground coriander
- Asin at paminta para lumasa
- Langis ng oliba para sa pagluluto
- Sariwang cilantro para sa dekorasyon

MGA TAGUBILIN:
a) Sa kawali, mag-init ng olive oil at igisa ang tinadtad na sibuyas at bawang hanggang lumambot.
b) Magdagdag ng mga tinadtad na patatas at lutuin hanggang sa magsimula silang maging kayumanggi.
c) Haluin ang ground cumin, ground coriander, asin, at paminta.
d) Magdagdag ng mga diced na kamatis at lutuin hanggang masira.
e) Dahan-dahang tiklupin ang sardinas, mag-ingat na huwag masyadong masira.
f) Lutuin hanggang malambot ang patatas at maghalo ang lasa.
g) Palamutihan ng sariwang cilantro bago ihain.

8. Ful Medames

MGA INGREDIENTS:
- 2 tasang nilutong fava beans
- 1/4 tasa ng langis ng oliba
- 1 sibuyas, pinong tinadtad
- 2 cloves ng bawang, tinadtad
- 1 kamatis, hiniwa
- 1 kutsarita ng ground cumin
- 1 kutsarita ng ground coriander
- Asin at paminta para lumasa
- Sariwang perehil para sa dekorasyon
- Matigas na itlog para sa paghahatid (opsyonal)
- Flatbread o pita para sa paghahatid

MGA TAGUBILIN:
a) Sa kawali, mag-init ng olive oil at igisa ang tinadtad na sibuyas at bawang hanggang lumambot.
b) Magdagdag ng mga diced na kamatis at lutuin hanggang masira.
c) Haluin ang ground cumin, ground coriander, asin, at paminta.
d) Idagdag ang nilutong fava beans at lutuin hanggang uminit.
e) I-mash ang ilan sa mga beans upang lumikha ng isang creamy texture.
f) Palamutihan ng sariwang perehil.
g) Ihain kasama ang mga nilagang itlog sa gilid kung ninanais, at sinamahan ng flatbread o pita.

9.Maldouf FlatBread

MGA INGREDIENTS:
- 2 Tasang Buong Wheat Flour
- Asin sa panlasa
- 1/4 Cup Ghee (Clarified Butter) Para sa Mababaw na Pagprito
- Tubig Para sa pagmamasa ng kuwarta
- 8-14 1/2 Cup Soft Dates
- 1 tasang tubig na kumukulo

MGA TAGUBILIN:
a) Ibabad ang pitted Dates sa 1 tasa ng kumukulong tubig sa loob ng 2-3 oras o hanggang lumambot.
b) Pure ang pinalambot na mga petsa gamit ang isang salaan o isang pinong mata. Maaaring mangailangan ka ng blender para i-blend, kung hindi ito masyadong malambot para sa iyo.
c) Paghaluin ang purong petsa kasama ang asin, 1 kutsarang ghee, at harina at gumawa ng malambot na masa.
d) Hayaang magpahinga ang kuwarta nang hindi bababa sa 20 minuto.
e) Hatiin ang kuwarta sa pantay o limon na laki ng mga bola.
f) Pagulungin ang bawat isa upang makabuo ng flatbread/paratha/circular disc/o hugis na gusto mong 5-6 pulgada ang haba.
g) Iprito ang bawat isa gamit ang ghee hanggang maluto sa magkabilang panig. Dahil ang kuwarta ay may mga petsa sa mga ito, ito ay lutuin nang napakabilis.

10. Shakshuka

MGA INGREDIENTS:
- 2 kutsarang langis ng oliba
- 1 sibuyas, pinong tinadtad
- 2 kampanilya paminta, diced
- 3 cloves ng bawang, tinadtad
- 1 lata (28 oz) durog na kamatis
- 1 kutsarita ng ground cumin
- 1 kutsarita ng ground paprika
- Asin at paminta para lumasa
- 4-6 na itlog
- Sariwang perehil para sa dekorasyon

MGA TAGUBILIN:
a) Sa isang malaking kawali, painitin ang langis ng oliba sa katamtamang init.
b) Igisa ang sibuyas at bell peppers hanggang lumambot.
c) Magdagdag ng tinadtad na bawang at lutuin ng karagdagang minuto.
d) Ibuhos ang mga durog na kamatis at timplahan ng kumin, paprika, asin, at paminta. Kumulo ng mga 10-15 minuto hanggang lumapot ang sauce.
e) Gumawa ng maliliit na balon sa sarsa at basagin ang mga itlog sa kanila.
f) Takpan ang kawali at lutuin hanggang maluto ang mga itlog ayon sa gusto mo.
g) Palamutihan ng sariwang perehil at ihain kasama ng tinapay.

11. Manoushe (Syrian Flatbread na may Za'atar)

MGA INGREDIENTS:
- Pizza dough o flatbread dough
- Pinaghalong pampalasa ng Za'atar
- Langis ng oliba
- Opsyonal: Labneh o yogurt para sa paglubog

MGA TAGUBILIN:
a) Igulong ang pizza o flatbread dough sa manipis na bilog na hugis.
b) Ikalat ang masaganang dami ng langis ng oliba sa masa.
c) Iwiwisik ang Za'atar spice blend nang pantay-pantay sa kuwarta.
d) Maghurno sa oven hanggang ang mga gilid ay maging ginintuang at malutong.
e) Opsyonal: Ihain na may kasamang labneh o yogurt para sa paglubog.

12.Tinapay ng Ka'ak

MGA INGREDIENTS:
- 4 na tasang all-purpose na harina
- 1 kutsarang asukal
- 1 kutsarita ng asin
- 1 kutsarang aktibong dry yeast
- 1 1/2 tasa ng maligamgam na tubig
- Sesame seeds para sa topping

MGA TAGUBILIN:
a) Sa isang malaking mangkok, pagsamahin ang harina, asukal, at asin.
b) Sa isang hiwalay na mangkok, i-dissolve ang lebadura sa maligamgam na tubig at hayaan itong umupo ng 5 minuto hanggang mabula.
c) Idagdag ang yeast mixture sa pinaghalong harina at masahin hanggang sa maging makinis ang masa.
d) Hatiin ang kuwarta sa maliliit na bola at hubugin ang bawat isa sa isang bilog o hugis-itlog na tinapay.
e) Ilagay ang hugis na tinapay sa isang baking sheet, lagyan ng tubig, at budburan ng sesame seed sa ibabaw.
f) Maghurno sa isang preheated oven sa 375°F (190°C) hanggang sa ginintuang kayumanggi.

13. Fatteh (Syrian Breakfast Casserole)

MGA INGREDIENTS:
- 2 tasang nilutong chickpeas
- 2 tasang plain yogurt
- 2 cloves ng bawang, tinadtad
- 1 tasang toasted flatbread na piraso (pita o Lebanese na tinapay)
- 1/4 tasa ng pine nuts, toasted
- 2 kutsarang clarified butter (ghee)
- Ground cumin, sa panlasa
- Asin at paminta para lumasa

MGA TAGUBILIN:
a) Sa isang serving dish, i-layer ang toasted flatbread na piraso.
b) Sa isang mangkok, ihalo ang yogurt na may tinadtad na bawang, asin, at paminta. Ikalat ito sa ibabaw ng tinapay.
c) Ibabaw sa nilutong chickpeas.
d) Magpahid ng clarified butter at budburan ng toasted pine nuts at ground cumin sa ibabaw.
e) Ihain nang mainit bilang isang nakabubusog at masarap na kaserol ng almusal.

14.Binasa ang Syrian Flatb

MGA INGREDIENTS:
- 1 11/16 tasa ng tubig
- 2 kutsarang langis ng gulay
- ½ kutsarita puting asukal
- 1 ½ kutsarita ng asin
- 3 tasang all-purpose na harina
- 1 ½ kutsarita ng aktibong dry yeast

MGA TAGUBILIN:
a) Ilagay ang mga sangkap sa kawali ng makina ng tinapay sa pagkakasunud-sunod na inirerekomenda ng tagagawa.
b) Piliin ang Dough cycle sa iyong bread machine at pindutin ang Start.
c) Kapag halos kumpleto na ang Dough cycle, painitin muna ang oven sa 475 degrees F (245 degrees C).
d) Ilabas ang kuwarta sa isang bahagyang nilagyan ng harina.
e) Hatiin ang kuwarta sa walong pantay na piraso at buuin ang mga ito sa mga bilog.
f) Takpan ang mga bilog ng isang mamasa-masa na tela at hayaan silang magpahinga.
g) Pagulungin ang bawat kuwarta sa isang manipis na patag na bilog, humigit-kumulang 8 pulgada ang lapad.
h) Magluto ng dalawang round sa isang pagkakataon sa preheated baking sheets o isang baking stone hanggang sa pumutok ang mga ito at maging golden brown, mga 5 minuto.
i) Ulitin ang proseso para sa natitirang mga tinapay.
j) Ihain ang Syrian bread nang mainit at tamasahin ang versatility nito kasama ng tanghalian o hapunan.

15. Labneh at Za'atar Toast

MGA INGREDIENTS:
- Labneh (strained yogurt)
- Pinaghalong pampalasa ng Za'atar
- Langis ng oliba
- Pita bread o crusty bread

MGA TAGUBILIN:
a) Ikalat ang maraming labneh sa toasted pita bread o ang iyong paboritong crusty bread.
b) Budburan ng za'atar spice blend.
c) Ibuhos ang langis ng oliba.
d) Ihain bilang open-faced sandwich o gupitin sa maliliit na piraso.

MERYENDA AT PAMPAGANA

16. Khubz (Flatbread) Chips

MGA INGREDIENTS:
- 4 na flatbread (Khubz)
- 2 kutsarang langis ng oliba
- 1 kutsarita ng ground cumin
- 1 kutsarita ng paprika
- Asin sa panlasa

MGA TAGUBILIN:
a) Painitin muna ang oven sa 350°F (180°C).
b) I-bread ang mga flatbread na may langis ng oliba at budburan ng kumin, paprika, at asin.
c) Gupitin ang mga flatbread sa mga tatsulok o piraso.
d) Maghurno sa oven sa loob ng 10-12 minuto o hanggang malutong.
e) Palamigin bago ihain.

17. Mga petsa na may mga Almendras

MGA INGREDIENTS:
- Mga sariwang petsa
- Mga almond, buo o kalahati

MGA TAGUBILIN:
a) Pit ang mga petsa sa pamamagitan ng paggawa ng isang maliit na paghiwa at pag-alis ng buto.
b) Ipasok ang isang buong almond o kalahati sa lukab na iniwan ng buto.

18. Falafel

MGA INGREDIENTS:
- 2 tasang binasa at pinatuyo na mga chickpeas
- 1 maliit na sibuyas, tinadtad
- 3 cloves ng bawang, tinadtad
- 1/4 tasa sariwang perehil, tinadtad
- 1 kutsarita ng ground cumin
- 1 kutsarita ng ground coriander
- Asin at paminta para lumasa
- Langis para sa pagprito

MGA TAGUBILIN:

a) Sa isang food processor, timpla ang mga chickpeas, sibuyas, bawang, perehil, kumin, kulantro, asin, at paminta hanggang sa mabuo ang magaspang na timpla.
b) Hugis ang timpla sa maliliit na bola o patties.
c) Init ang mantika sa isang kawali at iprito hanggang sa ginintuang kayumanggi sa magkabilang panig.
d) Patuyuin sa mga tuwalya ng papel.
e) Ihain nang mainit kasama ng tahini sauce o yogurt.

19. Spinach Fatayer

MGA INGREDIENTS:
- 2 tasang tinadtad na spinach
- 1 maliit na sibuyas, pinong tinadtad
- 1/4 tasa ng pine nuts
- 1 kutsarang langis ng oliba
- 1 kutsarita lupa sumac
- Asin at paminta para lumasa
- Pizza dough o mga yari na pastry sheet

MGA TAGUBILIN:
a) Igisa ang mga sibuyas sa langis ng oliba hanggang sa translucent.
b) Magdagdag ng tinadtad na spinach at lutuin hanggang malanta.
c) Paghaluin ang mga pine nuts, ground sumac, asin, at paminta.
d) I-roll out ang pizza dough o pastry sheet at gupitin sa mga bilog.
e) Maglagay ng isang kutsarang puno ng spinach mixture sa bawat bilog, tiklupin sa kalahati, at i-seal ang mga gilid.
f) Maghurno hanggang sa ginintuang kayumanggi.
g) Ihain nang mainit.

20. Mga pinalamanan na sibuyas

MGA INGREDIENTS:
- 4 na malalaking sibuyas (2 lb / 900 g sa kabuuan, binalatan na timbang) mga 1⅔ tasa / 400 ml na stock ng gulay
- 1½ kutsarita ng molasses ng granada
- asin at sariwang giniling na itim na paminta
- PALAMAN
- 1½ kutsarang langis ng oliba
- 1 tasa / 150 g pinong tinadtad na shallots
- ½ tasa / 100 g ng maikling butil na bigas
- ¼ tasa / 35 g pine nuts, durog
- 2 tbsp tinadtad na sariwang mint
- 2 tbsp tinadtad na flat-leaf parsley
- 2 tsp pinatuyong mint
- 1 tsp ground cumin
- ⅛ tsp ground clove
- ¼ tsp ground allspice
- ¾ tsp asin
- ½ tsp sariwang giniling na itim na paminta
- 4 lemon wedges (opsyonal)

MGA TAGUBILIN:

a) Balatan at gupitin ng humigit-kumulang ¼ pulgada / 0.5 cm mula sa tuktok at buntot ng mga sibuyas, ilagay ang pinutol na mga sibuyas sa isang malaking kasirola na may maraming tubig, pakuluan, at lutuin ng 15 minuto. Patuyuin at itabi upang lumamig.

b) Upang ihanda ang palaman, initin ang langis ng oliba sa isang medium na kawali sa katamtamang mataas na apoy at idagdag ang mga shallots. Igisa sa loob ng 8 minuto, haluin nang madalas, pagkatapos ay idagdag ang lahat ng natitirang sangkap maliban sa lemon wedges. Pababa ang apoy at ipagpatuloy ang pagluluto at haluin ng 10 minuto.

c) Gamit ang isang maliit na kutsilyo, gumawa ng mahabang hiwa mula sa tuktok ng sibuyas hanggang sa ibaba, tumakbo hanggang sa gitna nito, upang ang bawat layer ng sibuyas ay may isang hiwa lamang na dumadaloy dito. Simulan ang malumanay na paghiwalayin ang mga layer ng sibuyas, isa-isa, hanggang sa maabot mo ang core. Huwag mag-alala kung ang ilan sa mga layer ay mapunit nang kaunti sa pagbabalat; maaari mo pa ring gamitin ang mga ito.

d) Hawakan ang isang layer ng sibuyas sa isang naka-cup na kamay at kutsara ang humigit-kumulang 1 kutsara ng pinaghalong bigas sa kalahati ng sibuyas, ilagay ang pagpuno malapit sa isang dulo ng pagbubukas. Huwag matuksong punan ito nang higit pa, dahil kailangan itong balot ng maganda at masikip. I-fold ang walang laman na bahagi ng sibuyas sa ibabaw ng pinalamanan na gilid at igulong ito nang mahigpit upang ang bigas ay natatakpan ng ilang patong ng sibuyas na walang hangin sa gitna.

e) Ilagay sa isang medium na kawali kung saan mayroon kang takip, tahiin ang gilid pababa, at ipagpatuloy ang natitirang mga sibuyas at pinaghalong kanin. Ilagay ang mga sibuyas nang magkatabi sa kawali, nang sa gayon ay walang puwang na gumagalaw. Punan ang anumang mga puwang ng mga bahagi ng sibuyas na hindi pa napuno. Magdagdag ng sapat na stock upang ang mga sibuyas ay natatakpan ng tatlong-kapat, kasama ang molasses ng granada, at timplahan ng ¼ kutsarita ng asin.

f) Takpan ang kawali at lutuin sa pinakamabababang posibleng kumulo sa loob ng 1½ hanggang 2 oras, hanggang sa sumingaw ang likido. Ihain nang mainit-init o sa temperatura ng kuwarto, na may lemon wedges kung gusto mo.

21. Latkes

MGA INGREDIENTS:
- 5½ tasa / 600 g binalatan at gadgad ng medyo waxy na patatas tulad ng Yukon Gold
- 2¾ tasa / 300 g binalatan at gadgad na parsnip
- ⅔ tasa / 30 g chives, pinong tinadtad
- 4 na puti ng itlog
- 2 kutsarang gawgaw
- 5 tbsp / 80 g unsalted butter
- 6½ kutsara / 100 ML ng langis ng mirasol
- asin at sariwang giniling na itim na paminta
- kulay-gatas, upang ihain

MGA TAGUBILIN:
a) Banlawan ang patatas sa isang malaking mangkok ng malamig na tubig. Alisan ng tubig sa isang colander, pisilin ang anumang labis na tubig, at pagkatapos ay ikalat ang patatas sa isang malinis na tuwalya sa kusina upang ganap na matuyo.
b) Sa isang malaking mangkok, paghaluin ang patatas, parsnip, chives, puti ng itlog, cornstarch, 1 kutsarita ng asin, at maraming itim na paminta.
c) Init ang kalahati ng mantikilya at kalahati ng mantika sa isang malaking kawali sa medium-high heat. Gamitin ang iyong mga kamay upang pumili ng mga bahagi ng humigit-kumulang 2 kutsara ng latke mix, pisilin nang mahigpit upang maalis ang ilan sa likido, at hubugin ang mga manipis na patties na humigit-kumulang 3/8 pulgada / 1 cm ang kapal at 3¼ pulgada / 8 cm ang lapad.
d) Maingat na maglagay ng maraming latkes hangga't maaari mong kumportable na magkasya sa kawali, itulak ang mga ito nang marahan, at ipantay ang mga ito sa likod ng isang kutsara. Magprito sa medium-high heat sa loob ng 3 minuto sa bawat panig. Ang mga latkes ay kailangang ganap na kayumanggi sa labas. Alisin ang pritong latkes mula sa mantika, ilagay sa mga tuwalya ng papel, at panatilihing mainit-init habang niluluto mo ang natitira.
e) Idagdag ang natitirang mantikilya at mantika kung kinakailangan. Ihain nang sabay-sabay na may kulay-gatas sa gilid.

22. Sari-sari Dates Platter

MGA INGREDIENTS:
- 4-5 cups pitted Dates or any variety
- 1/2 tasa ng inihaw na Sunflower Seeds
- 1/2 tasa ng inihaw na Pumpkin Seeds
- 1/2 tasang inihaw na White Sesame Seeds
- 1/2 tasa na inihaw na Black Sesame Seeds
- 1/2 tasang inihaw na Mani

MGA TAGUBILIN:

a) Hugasan at patuyuin ang lahat ng mga petsa. Tiyakin na ang mga ito ay tuyo at walang moisture.

b) Gumawa ng hiwa sa gitna ng bawat petsa at alisin ang mga buto. Itapon ang mga buto.

c) Punan ang gitna ng bawat petsa ng inihaw na sunflower seeds, pumpkin seeds, white sesame seeds, black sesame seeds, at mani.

d) Ayusin ang mga pinalamanan na petsa sa isang malaking pinggan, na ginagawa itong madaling ma-access at kaakit-akit sa paningin.

e) Itabi ang mga sari-saring petsa sa mga lalagyan ng airtight sa refrigerator.

23. Napakarumi

MGA INGREDIENTS:
- 2 lata ng fava beans, pinatuyo at binanlawan
- 2 cloves ng bawang, tinadtad
- 1/4 tasa ng langis ng oliba
- Juice ng 1 lemon
- Asin at paminta para lumasa
- Tinadtad na perehil para sa dekorasyon
- tinapay (Rukhal), para sa paghahatid

MGA TAGUBILIN:
a) Sa isang kawali, igisa ang tinadtad na bawang sa olive oil hanggang mabango.
b) Idagdag ang fava beans at lutuin hanggang uminit.
c) I-mash ang beans nang bahagya gamit ang isang tinidor.
d) Timplahan ng lemon juice, asin, at paminta.
e) Palamutihan ng tinadtad na perehil.
f) Ihain kasama ng tinapay.

24. Samosa

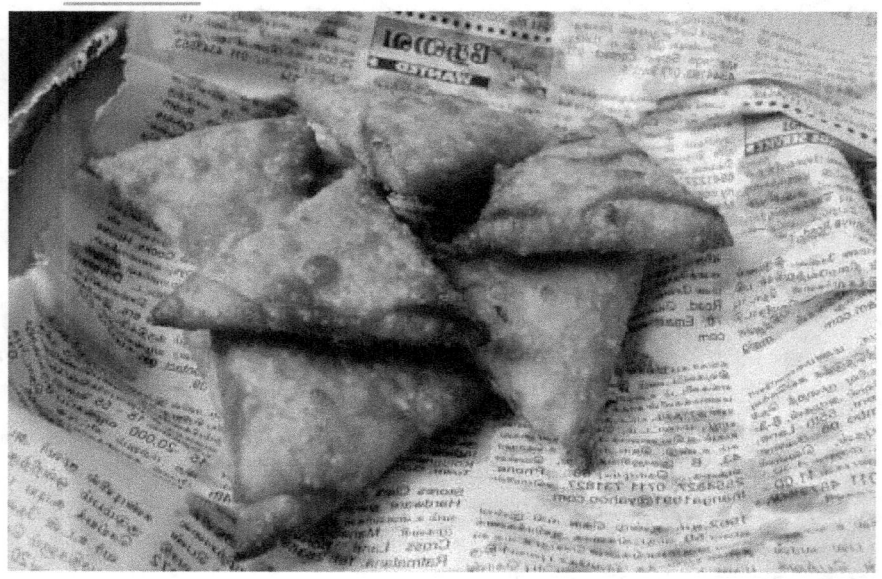

MGA INGREDIENTS:
PARA SA SAMOSA DOUGH:
- 2 tasang all-purpose na harina (maida) (260 gramo)
- 1 kutsarita ajwain (mga buto ng carom)
- 1/4 kutsarita ng asin
- 4 na kutsara + 1 kutsarita ng langis (60 ml + 5 ml)
- Tubig para masahin ang kuwarta (mga 6 na kutsara)

PARA SA SAMOSA FILLING:
- 3-4 medium na patatas (500-550 gramo)
- 2 kutsarang mantika
- 1 kutsaritang buto ng kumin
- 1 kutsarita na buto ng haras
- 2 kutsaritang dinurog na buto ng kulantro
- 1 kutsarita ng makinis na tinadtad na luya
- 1 berdeng sili, tinadtad
- 1/4 kutsarita hing (asafoetida)
- 1/2 cup + 2 tablespoons green peas (babad sa maligamgam na tubig kung gumagamit ng frozen)
- 1 kutsarita ng kulantro pulbos
- 1/2 kutsarita garam masala
- 1/2 kutsarita amchur (pinatuyong mangga powder)
- 1/4 kutsarita pulang sili na pulbos (o sa panlasa)
- 3/4 kutsarita ng asin (o sa panlasa)
- Langis para sa malalim na pagprito

MGA TAGUBILIN:
GUMAWA NG SAMOSA DOUGH:
a) Sa isang malaking mangkok, pagsamahin ang all-purpose na harina, ajwain , at asin.
b) Magdagdag ng mantika at kuskusin ang harina na may mantika hanggang sa ito ay maging katulad ng mga mumo. Ito ay dapat tumagal ng 3-4 minuto.
c) Magdagdag ng tubig nang paunti-unti, pagmamasa upang bumuo ng isang matigas na masa. Huwag labis na trabaho ang kuwarta; dapat lang magsama-sama.
d) Takpan ang kuwarta gamit ang isang mamasa-masa na tela at hayaan itong magpahinga ng 40 minuto.

GUMAGAWA NG PATATAS:

e) Pakuluan ang patatas hanggang maluto (8-9 whistles kung gumagamit ng stovetop pressure cooker o 12 minuto sa high pressure sa Instant Pot).
f) Balatan at i-mash ang patatas.
g) Sa isang kawali, mag-init ng mantika at magdagdag ng cumin seeds, fennel seeds, at durog na buto ng coriander. Igisa hanggang mabango.
h) Magdagdag ng tinadtad na luya, berdeng sili, hing, pinakuluang at niligis na patatas, at berdeng mga gisantes. Haluing mabuti.
i) Magdagdag ng coriander powder, garam masala, amchur, red chili powder, at asin. Haluin hanggang sa maisama. Alisin mula sa init at hayaang lumamig ang pagpuno.

HUBUO AT IPITO ANG SAMOSA:

j) Matapos makapagpahinga ang kuwarta, hatiin ito sa 7 pantay na bahagi.
k) Pagulungin ang bawat bahagi sa isang bilog na 6-7 pulgada ang lapad at gupitin ito sa dalawang bahagi.
l) Kumuha ng isang bahagi, lagyan ng tubig ang tuwid na gilid, at bumuo ng isang kono. Punan ng 1-2 kutsarang pagpuno ng patatas.
m) I-seal ang samosa sa pamamagitan ng pagkurot sa mga gilid. Ulitin para sa natitirang kuwarta.
n) Init ang mantika sa mababang init. Magprito ng samosa sa mahinang apoy hanggang sa matigas at matingkad na kayumanggi (10-12 minuto). Dagdagan ang init sa katamtaman at iprito hanggang sa ginintuang kayumanggi.
o) Magprito ng 4-5 samosa sa isang pagkakataon, at ang bawat batch ay tatagal ng humigit-kumulang 20 minuto sa mahinang apoy.

25. Muhammara (Syrian Hot Pepper Dip)

MGA INGREDIENTS:
- 2 matamis na kampanilya paminta, seeded at quartered
- 3 hiwa ng buong wheat bread, inalis ang mga crust
- ¾ tasa toasted walnuts, tinadtad
- 2 kutsarang lemon juice
- 2 kutsarang Aleppo pepper
- 2 kutsarita ng molasses ng granada
- 1 sibuyas na bawang, tinadtad
- 1 kutsaritang buto ng kumin, dinurog nang magaspang
- Asin sa panlasa
- ½ tasa ng langis ng oliba
- 1 kurot sumac powder

MGA TAGUBILIN:
a) Itakda ang oven rack nang humigit-kumulang 6 na pulgada mula sa pinagmumulan ng init at painitin muna ang broiler ng oven.
b) Linya ang isang baking sheet na may aluminum foil.
c) Ilagay ang bell peppers na may mga hiwa na gilid pababa sa inihandang baking sheet.
d) Inihaw sa ilalim ng preheated broiler hanggang sa ang balat ng mga sili ay umitim at paltos, mga 5 hanggang 8 minuto.
e) I-toast ang mga hiwa ng tinapay sa isang toaster at hayaang lumamig.
f) Ilagay ang toasted bread sa isang resealable plastic bag, pisilin ang hangin, isara ang bag, at durugin gamit ang rolling pin para makagawa ng mga mumo.
g) Ilipat ang mga inihaw na sili sa isang mangkok at mahigpit na selyuhan ng plastic wrap.
h) Itabi hanggang sa maluwag ang balat ng mga sili, mga 15 minuto.
i) Alisin at itapon ang mga balat.
j) I-mash ang mga peeled peppers gamit ang isang tinidor.
k) Sa isang food processor, pagsamahin ang mashed peppers, bread crumbs, toasted walnuts, lemon juice, Aleppo pepper, pomegranate molasses, bawang, cumin, at asin.
l) Pulse ang timpla ng ilang beses upang timpla bago tumakbo sa pinakamababang setting.
m) Dahan-dahang i-stream ang langis ng oliba sa pinaghalong paminta habang pinaghahalo ito hanggang sa ganap na pinagsama.
n) Ilipat ang muhammara mixture sa isang serving dish.
o) Budburan ng sumac ang pinaghalong bago ihain.

26. Baba Ghanoush

MGA INGREDIENTS:
- 4 na malalaking Italian eggplants
- 2 cloves durog na bawang
- 2 kutsarita ng kosher salt, o sa panlasa
- 1 lemon, juice, o higit pa sa panlasa
- 3 kutsarang tahini, o higit pa sa panlasa
- 3 kutsarang extra-virgin olive oil
- 2 kutsarang plain Greek yogurt
- 1 kurot ng cayenne pepper, o sa panlasa
- 1 dahon ng sariwang mint, tinadtad (Opsyonal)
- 2 kutsarang tinadtad na sariwang Italian parsley

MGA TAGUBILIN:
a) Painitin muna ang isang panlabas na grill para sa katamtamang init at dahan-dahang langisan ang rehas na bakal.
b) Tusukin ng ilang beses ang ibabaw ng balat ng talong gamit ang dulo ng kutsilyo.
c) Direktang ilagay ang mga talong sa grill. Lumiko nang madalas gamit ang mga sipit habang ang balat ay nanginginig.
d) Lutuin hanggang ang mga talong ay gumuho at napakalambot, mga 25 hanggang 30 minuto.
e) Ilipat sa isang mangkok, takpan ng mahigpit na may aluminum foil, at hayaang lumamig ng mga 15 minuto.
f) Kapag ang mga talong ay sapat na upang mahawakan, hatiin ang mga ito sa kalahati at simutin ang laman sa isang colander na inilagay sa ibabaw ng isang mangkok.
g) Patuyuin ng 5 o 10 minuto.
h) Ilipat ang talong sa isang mangkok ng paghahalo at magdagdag ng durog na bawang at asin.
i) Mash hanggang mag-atas ngunit may kaunting texture, mga 5 minuto.
j) Ihalo sa lemon juice, tahini, olive oil, at cayenne pepper.
k) Gumalaw sa yogurt.
l) Takpan ang mangkok na may plastic wrap at palamigin hanggang sa ganap na pinalamig, mga 3 o 4 na oras.
m) Tikman upang ayusin ang mga panimpla.
n) Bago ihain, ihalo ang mint at tinadtad na perehil.

PANGUNAHING PAGKAIN

27. Jedra (Lentils at Rice)

MGA INGREDIENTS:
- 1 tasang lentil, banlawan
- 1 tasang bigas
- 1 malaking sibuyas, pinong tinadtad
- 1/4 tasa ng langis ng oliba
- Ground cumin, kulantro, asin, at paminta sa panlasa

MGA TAGUBILIN:
a) Igisa ang tinadtad na sibuyas sa langis ng oliba hanggang sa ginintuang.
b) Magdagdag ng lentil, kanin, pampalasa, at tubig. Lutuin hanggang lumambot ang kanin at lentil.
c) Hilumin gamit ang tinidor bago ihain.

28. Stuffed Chicken (Djaj Mahshi)

MGA INGREDIENTS:
PARA MA-MARINATED ANG MANOK:
- 1300 gramo ng manok, malaki
- 2 limon
- 2 kutsarang asin
- 1 kutsarita ng pinong kumin
- 1 kutsarita milled black pepper

MAGPAGILOS NG MANOK:
- 2 tasang tubig
- 1 medium na sibuyas, tinadtad sa maliliit na piraso
- 4 kardamono
- 3 dahon ng laurel

PARA SA STUFFING:
- 3/4 cup Egyptian rice (maliit), hinugasan at ibinabad sa malamig na tubig para sa
- 30 minuto at pinatuyo ng mabuti
- 1 kutsarang langis ng gulay
- 1 kutsara ng margarin
- 2 kutsarang pine nuts o anumang uri ng mani
- 150 g tinadtad na karne, walang taba (opsyonal)
- 1 maliit na sibuyas, tinadtad sa maliliit na piraso
- 3/4 tasa ng mainit na tubig
- 1 kutsarita ng matamis na paminta
- 1 kutsarita ng asin
- 1 kutsarita milled black pepper
- 1/2 kutsarita ng pinong kanela
- 1 kutsarang langis ng gulay, para sa oven
- 1 kutsarang tomato sauce, para sa oven

MGA TAGUBILIN:
a) Sinusuri namin ng kaunti ang manok gamit ang isang kutsilyo hanggang sa alisin namin ang anumang mga balahibo na naroroon pa rin. Pagkatapos, kuskusin nang mabuti ang manok na may lemon, sa loob at labas, pagkatapos ay kuskusin ito ng pinaghalong asin, itim na paminta at kumin, at iwanan sa ref ng dalawang oras hanggang ma-absorb ang marinade.

b) Upang ihanda ang pagpuno, sa isang kasirola sa apoy, ilagay ang mantika at margarin, pagkatapos ay iprito ng kaunti ang mga pine nuts, pagkatapos ay idagdag ang mga sibuyas at haluin hanggang sa matuyo ang mga sibuyas, idagdag ang tinadtad na karne at haluin hanggang sa matuyo ang tubig ng karne.
c) Lagyan ng 3/4 cup ng mainit na tubig at haluin, pagkatapos ay lagyan ng kanin at haluin ng 5 minuto, lagyan ng asin, paminta, itim na paminta at kanela at haluin, pagkatapos ay bawasan ng kaunti ang apoy hanggang sa kalahating luto ang kanin, alisin ito sa apoy at iwanan hanggang lumamig.
d) Sinimulan naming palaman ang manok mula sa leeg, pagkatapos ay ang loob, palaman sa ilalim ng mga pakpak at isara ang mga bukas na lugar gamit ang isang sinulid (mag-ingat na huwag mapuno ang manok nang lubusan dahil ang dami ng bigas ay tataas pagkatapos nito).
e) Sa isang malawak na kasirola, ilagay ang manok sa likod nito na may sapat na tubig upang matakpan ito ng cardamom, tinadtad na sibuyas at hayaan itong kumulo sa mahinang apoy hanggang sa magsimulang mag-mature ang manok.
f) Inalis namin ang manok sa palayok at i-brush ito mula sa labas gamit ang isang brush na may sarsa at pinaghalong langis. Ilagay ito sa grill bag na may 4 na kutsarang sabaw, pagkatapos ay isara ng mabuti ang bag, at pagkatapos ay gumawa ng maliit na butas mula sa itaas gamit ang isang pin upang hindi ito masyadong umbok sa loob ng oven. Pagkatapos ay inilalagay namin ang bag sa tray ng oven.
g) Ang inihaw na pinalamanan na manok sa paraang Palestinian ay pumapasok sa oven sa grill hanggang sa ito ay ganap na kayumanggi, binabaligtad ang bag habang pinipirito, pagkatapos ay aalisin ito sa oven at ilagay sa isang serving plate at ihain.

29.Inihaw na Manok (Djaj Harari)

MGA INGREDIENTS:
MANOK
- Grill bag
- Tubig 1 tasa
- 1 malaking patatas, gupitin sa mga parisukat
- Karot o dalawang tinadtad na karot

STUFFING:
- bawang 1 ulo
- 1 sibuyas
- Kamatis
- lemon juice
- maliit na kutsara ng suka
- maliit na tasa ng langis ng oliba
- Dalawang kutsara ng tomato paste
- Asin (ayon sa gusto)
- kutsara ng toyo

MGA TAGUBILIN:
a) Ilagay ang mga sangkap ng palaman sa mixer, pagkatapos ay dalhin ang manok at
b) butasin ang manok, timplahan at i-marinate ng apat na oras o isang buong gabi.
c) Asin ang mga gulay na gusto nating ilagay kasama ng manok, timplahan, at ilagay sa loob ng bag na may manok.
d) Isara ang bag mula sa itaas, ilagay sa tray, ibuhos ang isang tasa ng tubig sa tray, at butasin ang bag gamit ang kutsilyo ng dalawang maliit na butas upang lumabas ang hangin.
e) Ilagay sa oven na preheated mula sa isang oras hanggang isang oras at isang quarter sa temperatura na 180 degrees, at ang tubig ay maaaring idagdag sa tray kung ito ay natuyo bago ito handa.
f) Inalis namin ito mula sa bag at inihahain kasama ng yoghurt at atsara, malusog at handa na.

30. Mallow (Khuzaibah)

MGA INGREDIENTS:
- Isa o dalawang bungkos ng sariwang dahon ng mallow (cheeseweed)
- 1 sibuyas
- langis ng oliba
- Harina ng trigo o plain flour na asin
- itim na paminta
- Maanghang na sawsawan
- Pinong tinadtad na pulang paminta
- tubig na kumukulo

MGA TAGUBILIN:
a) Maingat na piliin ang mga dahon, alisin ang anumang mga tangkay.
b) Magpakulo ng tubig. Kapag kumukulo, ihulog ang dahon ng mallow sa tubig. Haluin hanggang sa maging flat ang mga ito.
c) Ang susunod na hakbang ay nangangailangan ng mower o stirrer, na isang kahoy na stick na may ilang mga butas. Ang mga maliliit na kahoy na stick ay nakausli mula sa mga butas. Gamit ang tool, pukawin ang mga dahon ng mallow. Ang Ann egg whisk ay maaaring gamitin upang magsilbi sa parehong layunin, ngunit posible ring ibigay ang stirrer o whisk at gumamit lamang ng kahoy na kutsara
d) Matapos matunaw ang mallow at malaglag ang mga dahon nito, lagyan ng kaunting tubig ang harina at haluin hanggang sa makabuo ng maliliit na bukol ng masa.
e) Ilagay sa nilutong khubaizeh, timplahan ng asin at itim na paminta; magdagdag ng tinadtad na pulang paminta at isang kutsara ng pulang sili.
f) Iwanan ito sa mahinang apoy hanggang ang masa ay ganap na hinog.
g) Gupitin ang mga sibuyas sa maliliit na piraso at iprito sa mantika ng oliba hanggang sa maging medyo pula, pagkatapos ay idagdag ang pinaghalong sibuyas at mantika sa khubaizah at lutuin ng kaunti.
h) Inihain nang mainit na may kasamang sariwang tinapay, lemon, mainit na sarsa at atsara at maaari rin itong ihain sa hugis ng Fattah (tinadtad na tinapay na may nilutong mallow na sopas sa ibabaw nito).

31. Stuffed Zucchini (Mahshi Kpusa)

MGA INGREDIENTS:
- 1 libra ng damo na pinapakain ng giniling na tupa o baka, o manok
- 2.5 tasa ng maikling butil na puting bigas na binanlawan (tingnan ang tala)
- 1 tsp ng kanela
- 1 tsp ng ground allspice
- 1/4 tsp ng nutmeg
- 1/4 tsp ng ground cardamom
- Asin at itim na paminta sa panlasa
- 4 tbls olive oil (hinati)

GULAY
- 12-14 (mga 4 na libra) maliit na zucchini, mga 5-6 pulgada ang haba at 1
- hanggang 2 pulgada ang lapad
- Asin at paminta para lumasa

SAUCE
- 2 cups chicken broth Gumamit lang ako ng tubig it's total fine (sapat para ilubog ang mga gulay)
- 28 oz durog na kamatis
- 1 tbls tomato paste
- 4 libra ng sariwang kamatis.
- 3 sibuyas ng bawang
- dahon ng bay

MGA TAGUBILIN:

a) Una, gusto mong i-core ang mga zucchini. Madali kang makakahanap ng mga zucchini corer online, at sa karamihan ng mga grocery store sa Middle Eastern.

b) Ito ay isang mahusay na pamamaraan upang matuto at magsanay dahil ito ay ginagamit sa napakaraming pinalamanan na mga gulay. Huwag magdamdam kung masira ang kaunti. Kailangan ng practice. Una, putulin ang mga tangkay. Kakailanganin mo ang isang Espesyal na tool tulad ng isang apple corer upang gawing mas madali ang trabaho. Ipagpatuloy lang ang pag-coring sa kanila, tulad ng pag-ukit ng kalabasa hanggang sa magkaroon ka ng mga pader na humigit-kumulang 1/8 pulgada ang kapal at maabot mo ang ilalim. Gagawin mo ang hakbang na ito nang ilang beses hanggang sa kaskasin mo at gawing banal ang zucchini na nagbibigay ng sapat na espasyo para sa pagpuno. Mag-ingat na huwag butasin ang mga ito kung maaari. Kung mayroon kang apple corer gamitin iyon. Huwag itapon ang pulp. Madali mo itong lutuin nang mag-isa na may mga pampalasa o may mga itlog at kainin ito kasama ng sariwang tinapay.

c) Banlawan ang bigas ng ilang beses sa malamig na tubig hanggang sa maging malinaw ang tubig na ito ay mag-aalis ng ilan sa mga almirol sa bigas na lumilikha ng mas malambot na laman.

d) Igisa ang karne: (opsyonal) o maaari kang magdagdag ng hilaw na karne sa binanlawan.

e) Sa isang mabigat na ilalim na kawali, init ang mantika, idagdag ang karne at pampalasa. Igisa hanggang sa medyo browned at gumuho. Hindi mo kailangang lutuin nang buo ang karne dahil matatapos itong magluto sa sarsa.

f) Kumuha ng isang magandang malalim na mangkok at paghaluin ang lahat ng mga sangkap ng palaman hanggang sa mahusay na pinaghalo. (o maaari mong gamitin ang aking mga kamay para dito.)

g) Dahan-dahang ilagay ang zucchini sa pinaghalong gamit ang iyong mga daliri. Huwag mo silang palakihin! Punan lamang ang humigit-kumulang ¾ ng kousa ng palaman, at huwag ilagay ito. Mag-iwan ng puwang para lumaki ang bigas habang nagluluto.

h) Sa isang malaking, mabigat na ilalim na palayok, idagdag ang karagdagang 2 tbls olive oil at igisa ang zucchini pulp (sa loob ng zucchini) kasama ang mga clove ng bawang. Pagsamahin ang mga sangkap ng sarsa at pakuluan, habang hinahalo. Pagkatapos ay babaan ang apoy at kumulo ng ilang minuto upang hayaang magpakasal ang mga lasa. Panlasa para sa pampalasa. Napakaingat na palutangin ang pinalamanan na zucchini sa sabaw at kumulo (siguraduhing natatakpan ng sabaw ang zucchini) sa loob ng 50-60 Minuto hanggang sa maluto ang kanin at malambot ang zucchini.

i) Suriin paminsan-minsan sa panahon ng pagluluto at kung ang sarsa ay nangangailangan ng mas maraming sabaw o tubig, idagdag ito. Ihain sa malalim na mga mangkok, na may tomato sauce sa itaas. Sahtain ! Alin ang Arabic para sa "bon appétit," na literal na isinasalin sa "Two Healths to you.

32. Stuffed Cabbage (Mahshi Malfouf)

MGA INGREDIENTS:
- 1 malaking ulo ng malapad na dahon ng repolyo
- 2 Buong ulo ng bawang
- 2 libra ng lamb chop o tupa sa buto hanggang sa ilalim ng palayok
- Lemon juice at mga hiwa ng lemon para sa paghahatid.
- 3 tasang short grain rice, Luto
- 4 na cloves na durog na bawang
- Asin at paminta
- 2 tsp ground allspice
- 1 tsp kumin
- 1/2 tsp kanela
- 1/4 tsp nutmeg
- 2 kutsarang langis ng oliba
- 1 libra na tinadtad na karne (tupa, baka, giniling na manok o pabo (mas mabuti ang maitim na karne hindi dibdib).

MGA TAGUBILIN:
a) Alisin ang core mula sa repolyo.
b) Pakuluan ang buong ulo ng repolyo sa isang malaking kaldero hanggang ang mga dahon ay malambot at malambot.
c) Maingat na alisan ng balat ang mga dahon isa-isa.
d) Sa isang mangkok ng paghahalo, pagsamahin ang kanin, tinadtad na karne, durog na bawang, asin, paminta, giniling na allspice, kumin, kanela, nutmeg, at langis ng oliba.
e) Paghaluin ang mga sangkap nang lubusan.
f) Maglagay ng isang kutsarang puno ng filling mixture sa bawat dahon ng repolyo.
g) I-fold ang mga gilid ng dahon ng repolyo sa ibabaw ng pagpuno at i-roll ito nang mahigpit upang bumuo ng isang pinalamanan na roll ng repolyo.
h) Lagyan ng lamb chop o tupa ang buto sa ilalim ng malaking palayok.
i) Ilagay ang pinalamanan na mga rolyo ng repolyo sa ibabaw ng tupa, na lumilikha ng mga layer.
j) Pisilin nang bahagya ang mga ulo ng bawang upang makapaglabas ng ilang lasa at ilagay ang mga ito sa mga pinalamanan na rolyo ng repolyo.
k) Magdagdag ng sapat na tubig upang masakop ang pinalamanan na mga rolyo ng repolyo.
l) Pakuluan sa mahinang apoy hanggang maluto ang kanin at maghalo ang lasa.
m) Kapag luto na, ihain ang pinalamanan na mga rolyo ng repolyo na may mga hiwa ng lemon at isang ambon ng lemon juice.

33. Qalayet Banadora (Tomato Stew)

MGA INGREDIENTS:
- 4 malalaking kamatis, diced
- 1 sibuyas, pinong tinadtad
- 3 cloves ng bawang, tinadtad
- 2 kutsarang langis ng oliba
- 1 kutsarita ng ground coriander
- 1 kutsarita ng ground cumin
- Asin at paminta para lumasa
- Sariwang perehil para sa dekorasyon

MGA TAGUBILIN:
a) Sa isang kawali, igisa ang tinadtad na sibuyas at tinadtad na bawang sa olive oil hanggang lumambot.
b) Magdagdag ng mga diced na kamatis sa kawali at lutuin hanggang sa mailabas nila ang kanilang katas.
c) Timplahan ng ground coriander, cumin, asin, at paminta. Haluin mabuti.
d) Pakuluan ang nilagang hanggang sa tuluyang maluto ang kamatis at lumapot ang sarsa.
e) Palamutihan ng sariwang perehil bago ihain.

34. Adobo na Green Olive

MGA INGREDIENTS:
- 2 tasang berdeng olibo
- 1 tasang tubig
- 1 tasang puting suka
- 1 kutsarang asin
- 2 cloves bawang, durog
- 1 kutsarita buto ng kulantro
- 1 kutsarita na buto ng haras
- 1 kutsarita red pepper flakes (opsyonal)

MGA TAGUBILIN:
a) Banlawan at alisan ng tubig ang berdeng olibo.
b) Sa isang kasirola, pagsamahin ang tubig, suka, asin, bawang, buto ng coriander, buto ng haras, at mga natuklap na pulang paminta (kung ginagamit). Pakuluan.
c) Idagdag ang berdeng olibo sa kumukulong timpla at kumulo sa loob ng 5-10 minuto.
d) Hayaang lumamig ang pinaghalong, pagkatapos ay ilipat ang mga olibo at likido sa isang isterilisadong garapon.
e) Isara ang garapon at palamigin ng hindi bababa sa 24 na oras bago kainin.

35. Moussaka

MGA INGREDIENTS:
- 2 malalaking talong, hiniwa
- 1 libra giniling na tupa o baka
- 1 sibuyas, pinong tinadtad
- 3 cloves ng bawang, tinadtad
- 2 malalaking kamatis, diced
- 1/2 tasa tomato paste
- 1 kutsarita ng giniling na kanela
- Asin at paminta para lumasa
- Langis ng oliba para sa pagprito

MGA TAGUBILIN:
a) Asin ang mga hiwa ng talong at hayaang umupo sila ng 30 minuto upang maalis ang labis na kahalumigmigan. Banlawan at patuyuin.
b) Sa isang kawali, init ng olive oil at iprito ang mga hiwa ng talong hanggang sa ginintuang. Itabi.
c) Sa parehong kawali, lutuin ang giniling na karne, tinadtad na sibuyas, at tinadtad na bawang hanggang sa maging browned.
d) Magdagdag ng diced tomatoes, tomato paste, ground cinnamon, asin, at paminta. Lutuin hanggang lumapot ang timpla.
e) Sa isang baking dish, ilagay ang piniritong hiwa ng talong at timpla ng karne.
f) Maghurno sa isang preheated oven sa 350°F (175°C) sa loob ng mga 30 minuto o hanggang sa bubbly.

36. Lentil at Pumpkin Soup

MGA INGREDIENTS:
- 1 tasang pulang lentil
- 2 tasang diced na kalabasa
- 1 sibuyas, tinadtad
- 3 cloves ng bawang, tinadtad
- 1 kutsarita ng ground cumin
- 1 kutsarita ng ground coriander
- 6 tasang sabaw ng gulay
- Asin at paminta para lumasa
- Langis ng oliba para sa paggisa

MGA TAGUBILIN:

a) Sa isang kaldero, igisa ang tinadtad na sibuyas at tinadtad na bawang sa langis ng oliba hanggang lumambot.
b) Magdagdag ng diced pumpkin, red lentils, ground cumin, ground coriander, asin, at paminta. Haluin mabuti.
c) Ibuhos ang sabaw ng gulay at pakuluan. Bawasan ang init at kumulo hanggang malambot ang lentil at kalabasa.
d) Gumamit ng immersion blender upang i-pure ang sopas sa gusto mong consistency.
e) Ayusin ang pampalasa kung kinakailangan at ihain nang mainit.

37. Maanghang na Isda ng Gazan

MGA INGREDIENTS:
- 4 na fillet ng isda (tulad ng sea bass o grouper)
- 2 kutsarang langis ng oliba
- 1 sibuyas, pinong tinadtad
- 3 cloves ng bawang, tinadtad
- 2 kamatis, hiniwa
- 1 kutsarita ng ground cumin
- 1 kutsarita ng ground coriander
- 1 kutsarita ng paprika
- 1/2 kutsarita ng cayenne pepper
- Asin at paminta para lumasa
- Sariwang cilantro para sa dekorasyon

MGA TAGUBILIN:
a) Sa isang kawali, igisa ang tinadtad na sibuyas at tinadtad na bawang sa olive oil hanggang lumambot.
b) Magdagdag ng diced tomatoes, ground cumin, ground coriander, paprika, cayenne pepper, asin, at paminta. Lutuin hanggang masira ang mga kamatis.
c) Timplahan ng asin at paminta ang mga fillet ng isda, pagkatapos ay ilagay sa kawali na may pinaghalong kamatis.
d) Magluto ng isda hanggang sa malabo at madaling matuklap gamit ang isang tinidor.
e) Palamutihan ng sariwang cilantro bago ihain.

38.Mangkok ng hipon

MGA INGREDIENTS:
- 1 libra malaking hipon, binalatan at hiniwa
- 2 tasang lutong bigas
- 1 kampanilya paminta, hiniwa
- 1 zucchini, hiniwa
- 1 sibuyas, hiniwa
- 3 cloves ng bawang, tinadtad
- 2 kutsarang langis ng oliba
- 1 kutsarita ng ground cumin
- 1 kutsarita pinausukang paprika
- Asin at paminta para lumasa
- Mga sariwang lemon wedge para sa paghahatid

MGA TAGUBILIN:
a) Sa isang kawali, igisa ang hiniwang bell pepper, zucchini, at sibuyas sa olive oil hanggang lumambot.
b) Magdagdag ng tinadtad na bawang, giniling na kumin, pinausukang paprika, asin, at paminta. Haluin mabuti.
c) Magdagdag ng hipon sa kawali at lutuin hanggang sa maging pink at malabo.
d) Ihain ang pinaghalong hipon at gulay sa ibabaw ng nilutong bigas.
e) Pigain ang sariwang lemon juice sa ibabaw ng ulam bago ihain.

39. Mga Pie ng Spinach

MGA INGREDIENTS:
- 2 tasang tinadtad na spinach
- 1 tasang durog na feta cheese
- 1 sibuyas, pinong tinadtad
- 2 kutsarang langis ng oliba
- Asin at paminta para lumasa
- 1 pakete ng pre-made pastry dough

MGA TAGUBILIN:
a) Sa isang kawali, igisa ang tinadtad na sibuyas sa langis ng oliba hanggang lumambot.
b) Magdagdag ng tinadtad na spinach at lutuin hanggang malanta. Timplahan ng asin at paminta.
c) Alisin sa init at hayaang lumamig. Haluin ang durog na feta cheese.
d) I-roll out ang pastry dough at gupitin sa mga bilog. Maglagay ng isang kutsarang pinaghalong spinach sa gitna.
e) Tiklupin ang kuwarta sa ibabaw ng pagpuno upang bumuo ng hugis kalahating buwan. I-seal ang mga gilid.
f) Maghurno ayon sa mga tagubilin ng pastry dough o hanggang sa ginintuang kayumanggi.

40. Musakhan

MGA INGREDIENTS:
- 4 na hita ng manok
- 1 malaking sibuyas, hiniwa ng manipis
- 1/4 tasa ng langis ng oliba
- 1 kutsarita lupa sumac
- 1 kutsarita ng ground cumin
- 1 kutsarita ng ground coriander
- Asin at paminta para lumasa
- Palestinian flatbread (Taboon o anumang flatbread)
- Tinadtad na perehil at toasted pine nuts para sa dekorasyon

MGA TAGUBILIN:
a) Painitin muna ang oven sa 400°F (200°C).
b) Timplahan ng sumac, cumin, coriander, asin, at paminta ang mga hita ng manok.
c) Sa isang kawali, init ng langis ng oliba at igisa ang hiniwang sibuyas hanggang sa karamelo.
d) Idagdag ang tinimplang hita ng manok sa kawali at kayumanggi sa magkabilang panig.
e) Ilagay ang manok at sibuyas sa flatbread. Ibuhos ang langis ng oliba.
f) Ihurno sa oven hanggang maluto ang manok.
g) Palamutihan ng tinadtad na perehil at toasted pine nuts bago ihain.

41. Thyme Mutabbaq

MGA INGREDIENTS:
- 2 tasang sariwang dahon ng thyme
- 1/2 tasa ng langis ng oliba
- Asin sa panlasa
- Palestinian flatbread dough o pre-made sheets

MGA TAGUBILIN:
a) Painitin muna ang oven sa 375°F (190°C).
b) Sa isang mangkok, paghaluin ang sariwang dahon ng thyme na may langis ng oliba at asin.
c) I-roll out ang flatbread dough o gumamit ng pre-made sheets.
d) Ikalat ang timpla ng thyme nang pantay-pantay sa kalahati ng kuwarta at tiklupin ang isa pang kalahati, tinatakan ang mga gilid.
e) Maghurno sa oven hanggang sa ginintuang kayumanggi at malutong.

42.Malfouf

MGA INGREDIENTS:
- dahon ng repolyo
- 1 tasang bigas, banlawan
- 1/2 pound na giniling na tupa o karne ng baka
- 1 sibuyas, pinong tinadtad
- 2 kutsarang tomato paste
- 2 kutsarang langis ng oliba
- 1 kutsarita ng giniling na kanela
- Asin at paminta para lumasa
- Lemon wedges para sa paghahatid

MGA TAGUBILIN:
a) Pakuluan ang dahon ng repolyo hanggang lumambot. Patuyuin at itabi.
b) Sa isang kawali, igisa ang tinadtad na sibuyas sa langis ng oliba hanggang sa translucent.
c) Magdagdag ng giniling na karne at lutuin hanggang sa mag browned. Haluin ang tomato paste, kanela, asin, at paminta.
d) Maglagay ng isang kutsarang pinaghalong karne sa bawat dahon ng repolyo at igulong nang mahigpit.
e) Ayusin ang pinalamanan na dahon ng repolyo sa isang palayok. Magdagdag ng sapat na tubig upang masakop.
f) Pakuluan sa mahinang apoy hanggang maluto ang kanin at malambot ang repolyo.
g) Ihain kasama ng lemon wedges.

43. Al Qidra Al Khaliliya

MGA INGREDIENTS:
- 2 tasang basmati rice
- 1/2 tasa clarified butter (ghee)
- 1 malaking sibuyas, hiniwa ng manipis
- 1.5 lbs tupa o manok, hiwa-hiwain
- 1/2 cup chickpeas, ibinabad sa magdamag
- 1/2 tasa ng buong almond
- 1/2 tasang pasas
- 1 kutsarita ng giniling na kanela
- 1 kutsarita ng ground allspice
- Asin at paminta para lumasa
- 4 tasang sabaw ng manok o baka

MGA TAGUBILIN:

a) Banlawan ang bigas at ibabad ito sa tubig sa loob ng 30 minuto. Alisan ng tubig.

b) Sa isang malaking palayok, tunawin ang clarified butter sa katamtamang init. Magdagdag ng mga hiniwang sibuyas at lutuin hanggang sa ginintuang kayumanggi.

c) Magdagdag ng mga piraso ng karne at i-brown ang mga ito sa lahat ng panig.

d) Haluin ang binabad na chickpeas, almond, pasas, kanela, allspice, asin, at paminta.

e) Ilagay ang tinadtad na bigas sa kaldero at haluing mabuti.

f) Ibuhos ang sabaw ng manok o baka at pakuluan. Bawasan ang init, takpan, at kumulo hanggang maluto ang bigas at masipsip ang likido.

g) Hayaang magpahinga ng ilang minuto, pagkatapos ay i-fluff ang kanin gamit ang isang tinidor.

h) Ihain nang mainit, pinalamutian ng karagdagang mga almendras at pasas kung ninanais.

44.Rissole: Tinadtad na Karne

MGA INGREDIENTS:
- 1 lb na tinadtad na karne (karne ng baka, tupa, o isang timpla)
- 1 sibuyas, pinong tinadtad
- 2 cloves ng bawang, tinadtad
- 1/2 tasa ng breadcrumbs
- 1/4 tasa ng gatas
- 1 itlog
- 1 kutsarita ng ground cumin
- 1 kutsarita ng paprika
- Asin at paminta para lumasa
- Flour para sa patong
- Langis ng gulay para sa pagprito

MGA TAGUBILIN:
a) Sa isang mangkok, pagsamahin ang tinadtad na karne, tinadtad na sibuyas, tinadtad na bawang, breadcrumbs, gatas, itlog, giniling na kumin, paprika, asin, at paminta. Haluin hanggang sa maayos na pinagsama.
b) Hugis ang timpla sa maliliit na patties o bola.
c) Igulong ang bawat patty sa harina para pantay-pantay ang patong.
d) Init ang langis ng gulay sa isang kawali sa katamtamang init.
e) Iprito ang patties hanggang sa mag golden brown sa magkabilang gilid at maluto.
f) Patuyuin sa mga tuwalya ng papel upang alisin ang labis na mantika.
g) Ihain nang mainit kasama ang iyong paboritong dipping sauce.

45. Mejadra

MGA INGREDIENTS:
- 1¼ tasa / 250 g berde o kayumanggi lentil
- 4 katamtamang sibuyas (1½ lb / 700 g bago balatan)
- 3 kutsarang all-purpose na harina
- mga 1 tasa / 250 ML ng langis ng mirasol
- 2 tsp buto ng kumin
- 1½ kutsarang buto ng kulantro
- 1 tasa / 200 g basmati rice
- 2 kutsarang langis ng oliba
- ½ tsp giniling na turmeric
- 1½ tsp ground allspice
- 1½ tsp ground cinnamon
- 1 tsp asukal
- 1½ tasa / 350 ML ng tubig
- asin at sariwang giniling na itim na paminta

MGA TAGUBILIN

a) Ilagay ang mga lentil sa isang maliit na kasirola, takpan ng maraming tubig, pakuluan, at lutuin ng 12 hanggang 15 minuto, hanggang sa lumambot ang lentil ngunit mayroon pa ring kaunting kagat. Patuyuin at itabi.

b) Balatan ang mga sibuyas at hiwain ng manipis. Ilagay sa isang malaking flat plate, budburan ng harina at 1 kutsarita ng asin, at haluing mabuti gamit ang iyong mga kamay. Init ang langis ng mirasol sa isang medium heavy-bottomed saucepan na inilagay sa mataas na init. Siguraduhing mainit ang mantika sa pamamagitan ng paghahagis ng isang maliit na piraso ng sibuyas; dapat itong sumirit nang malakas. Bawasan ang init sa medium-high at maingat (maaaring dumura!) Idagdag ang isang-katlo ng hiniwang sibuyas. Magprito ng 5 hanggang 7 minuto, hinahalo paminsan-minsan gamit ang slotted na kutsara, hanggang sa maging maganda ang kulay ng sibuyas na ginintuang kayumanggi at maging malutong (ayusin ang temperatura para hindi masyadong mabilis magprito at masunog ang sibuyas). Gamitin ang kutsara upang ilipat ang sibuyas sa isang colander na nilagyan ng mga tuwalya ng papel at budburan ng kaunting asin. Gawin ang parehong sa iba pang dalawang batch ng sibuyas; magdagdag ng kaunting langis kung kinakailangan.

c) Punasan ng malinis ang kasirola kung saan mo pinirito ang sibuyas at ilagay ang mga buto ng kumin at kulantro. Ilagay sa katamtamang init at i-toast ang mga buto sa loob ng isang minuto o dalawa. Idagdag ang bigas, olive oil, turmeric, allspice, cinnamon, asukal, ½ kutsarita ng asin, at maraming itim na paminta. Haluin para malagyan ng mantika ang kanin at pagkatapos ay idagdag ang nilutong lentil at tubig. Pakuluan, takpan ng takip, at kumulo sa napakababang apoy sa loob ng 15 minuto.

d) Alisin mula sa apoy, alisin ang takip, at mabilis na takpan ang kawali gamit ang malinis na tuwalya ng tsaa. Takpan nang mahigpit ang takip at itabi sa loob ng 10 minuto.

e) Panghuli, idagdag ang kalahati ng piniritong sibuyas sa kanin at lentil at malumanay na haluin gamit ang isang tinidor. Itambak ang pinaghalong sa isang mababaw na serving bowl at itaas ang natitirang bahagi ng sibuyas.

46. Ang mataba ni Na'ama

MGA INGREDIENTS:
- 1 tasa / 200 g Greek yogurt at ¾ tasa plus 2 tbsp / 200 ml buong gatas, o 1⅔ tasa / 400 ml buttermilk (pinapalitan ang yogurt at gatas)
- 2 malaking lipas na Turkish flatbread o naan (9 oz / 250 g sa kabuuan)
- 3 malalaking kamatis (13 oz / 380 g sa kabuuan), gupitin sa ⅔-pulgada / 1.5cm na dice
- 3½ oz / 100 g labanos, hiniwa nang manipis
- 3 Lebanese o mini cucumber (9 oz / 250 g sa kabuuan), binalatan at tinadtad sa ⅔-pulgada / 1.5cm na dice
- 2 berdeng sibuyas, hiniwa nang manipis
- ½ oz / 15 g sariwang mint
- 1 oz / 25 g flat-leaf parsley, tinadtad nang magaspang
- 1 kutsarang pinatuyong mint
- 2 cloves bawang, durog
- 3 kutsarang sariwang kinatas na lemon juice
- ¼ tasa / 60 ML ng langis ng oliba, dagdag pa sa pag-ambon
- 2 tbsp cider o white wine vinegar
- ¾ tsp sariwang giniling na itim na paminta
- 1½ tsp asin
- 1 tbsp sumac o higit pa sa panlasa, upang palamutihan

MGA TAGUBILIN:

a) Kung gumagamit ng yogurt at gatas, magsimula nang hindi bababa sa 3 oras at hanggang isang araw nang maaga sa pamamagitan ng paglalagay ng pareho sa isang mangkok. Haluing mabuti at iwanan sa isang malamig na lugar o sa refrigerator hanggang sa mabuo ang mga bula sa ibabaw. Ang makukuha mo ay isang uri ng lutong bahay na buttermilk, ngunit hindi gaanong maasim.

b) Hatiin ang tinapay sa kagat-laki ng mga piraso at ilagay sa isang malaking mangkok ng paghahalo. Idagdag ang iyong pinaghalong fermented yogurt o commercial buttermilk, na sinusundan ng iba pang sangkap, haluing mabuti, at mag-iwan ng 10 minuto para magsama ang lahat ng lasa.

c) Ilagay ang fattoush sa mga serving bowl, lagyan ng kaunting olive oil, at palamutihan ng sumac.

47. Baby spinach salad na may mga petsa at almendras

MGA INGREDIENTS:
- 1 kutsarang puting alak na suka
- ½ katamtamang pulang sibuyas, hiniwa ng manipis
- 3½ oz / 100 g pitted Medjool date, i-quarter ang haba
- 2 tbsp / 30 g unsalted butter
- 2 kutsarang langis ng oliba
- 2 maliit na pitas, mga 3½ oz / 100 g, halos napunit sa 1½ pulgada / 4cm na piraso
- ½ tasa / 75 g buong unsalted almonds, tinadtad nang magaspang
- 2 tsp sumac
- ½ tsp chile flakes
- 5 oz / 150 g dahon ng baby spinach
- 2 kutsarang sariwang kinatas na lemon juice
- asin

MGA TAGUBILIN:

a) Ilagay ang suka, sibuyas, at mga petsa sa isang maliit na mangkok. Magdagdag ng isang pakurot ng asin at ihalo nang mabuti sa iyong mga kamay. Iwanan upang mag-marinate ng 20 minuto, pagkatapos ay alisan ng tubig ang anumang natitirang suka at itapon.

b) Samantala, init ang mantikilya at kalahati ng langis ng oliba sa isang medium na kawali sa katamtamang init. Idagdag ang pita at almendras at lutuin sa loob ng 4 hanggang 6 na minuto, pagpapakilos sa lahat ng oras, hanggang ang pita ay malutong at ginintuang kayumanggi. Alisin sa apoy at ihalo ang sumac, chile flakes, at ¼ kutsarita ng asin. Itabi upang palamig.

c) Kapag handa ka nang ihain, ihagis ang mga dahon ng spinach kasama ang pita mix sa isang malaking mixing bowl. Idagdag ang mga petsa at pulang sibuyas, ang natitirang langis ng oliba, ang lemon juice, at isa pang kurot ng asin. Tikman para sa pampalasa at ihain kaagad.

48. Inihaw na butternut squash na may za'atar

MGA INGREDIENTS:
- 1 malaking butternut squash (2½ lb / 1.1 kg sa kabuuan), gupitin sa ¾ by 2½-inch / 2 by 6cm wedges
- 2 pulang sibuyas, gupitin sa 1¼-inch / 3cm wedges
- 3½ kutsara / 50 ML ng langis ng oliba
- 3½ kutsarang light tahini paste
- 1½ kutsarang lemon juice
- 2 kutsarang tubig
- 1 maliit na sibuyas na bawang, durog
- 3½ kutsara / 30 g ng mga pine nuts
- 1 tbsp za'atar
- 1 kutsarang tinadtad na flat-leaf parsley
- Maldon sea salt at freshly ground black pepper

MGA TAGUBILIN:
a) Painitin muna ang oven sa 475°F / 240°C.
b) Ilagay ang kalabasa at sibuyas sa isang malaking mangkok ng paghahalo, magdagdag ng 3 kutsara ng mantika, 1 kutsarita ng asin, at ilang itim na paminta at ihalo nang mabuti. Ikalat sa isang baking sheet na ang balat ay nakaharap pababa at inihaw sa oven sa loob ng 30 hanggang 40 minuto, hanggang sa ang mga gulay ay kumuha ng ilang kulay at maluto. Pagmasdan ang mga sibuyas dahil maaaring mas mabilis itong maluto kaysa sa kalabasa at kailangang alisin nang mas maaga. Alisin mula sa oven at hayaang lumamig.
c) Upang gawin ang sarsa, ilagay ang tahini sa isang maliit na mangkok kasama ang lemon juice, tubig, bawang, at ¼ kutsarita ng asin. Haluin hanggang ang sarsa ay maging pare-pareho ng pulot, magdagdag ng mas maraming tubig o tahini kung kinakailangan.
d) Ibuhos ang natitirang 1½ kutsarita ng mantika sa isang maliit na kawali at ilagay sa medium-low heat. Idagdag ang mga pine nuts kasama ang ½ kutsarita ng asin at lutuin ng 2 minuto, haluin nang madalas, hanggang sa maging golden brown ang mga mani. Alisin mula sa apoy at ilipat ang mga mani at mantika sa isang maliit na mangkok upang ihinto ang pagluluto.
e) Upang ihain, ikalat ang mga gulay sa isang malaking serving platter at ibuhos ang tahini. Budburan ang mga pine nuts at ang kanilang langis sa itaas, na sinusundan ng za'atar at perehil.

49. Mixed Bean Salad

MGA INGREDIENTS:
- 10 oz / 280 g yellow beans, pinutol (kung hindi available, doblehin ang dami ng green beans)
- 10 oz / 280 g green beans, pinutol
- 2 pulang paminta, gupitin sa ¼-pulgada / 0.5cm na piraso
- 3 tbsp langis ng oliba, kasama ang 1 tsp para sa mga paminta
- 3 cloves na bawang, hiniwa ng manipis
- 6 tbsp / 50 g capers, banlawan at tuyo
- 1 tsp buto ng cumin
- 2 tsp buto ng kulantro
- 4 na berdeng sibuyas, hiniwa nang manipis
- ⅓ tasa / 10 g tarragon, tinadtad nang magaspang
- ⅔ tasa / 20 g piniling dahon ng chervil (o pinaghalong piniling dill at ginutay-gutay na perehil)
- gadgad na zest ng 1 lemon
- asin at sariwang giniling na itim na paminta

MGA TAGUBILIN:
a) Painitin muna ang oven sa 450°F / 220°C.
b) Pakuluan ang isang malaking kawali na may maraming tubig at idagdag ang yellow beans. Pagkatapos ng 1 minuto, idagdag ang green beans at lutuin ng isa pang 4 na minuto, o hanggang sa maluto ang beans ngunit malutong pa rin. I-refresh sa ilalim ng malamig na tubig, alisan ng tubig, patuyuin, at ilagay sa isang malaking mixing bowl.
c) Samantala, ihagis ang mga sili sa 1 kutsarita ng mantika, ikalat sa isang baking sheet, at ilagay sa oven sa loob ng 5 minuto, o hanggang malambot. Alisin mula sa oven at idagdag sa mangkok na may nilutong beans.
d) Init ang 3 kutsarang langis ng oliba sa isang maliit na kasirola. Idagdag ang bawang at lutuin ng 20 segundo; idagdag ang capers (ingat, dumura sila!) at iprito para sa isa pang 15 segundo. Idagdag ang cumin at coriander seeds at ipagpatuloy ang pagprito para sa isa pang 15 segundo. Ang bawang ay dapat na naging ginto sa ngayon. Alisin mula sa apoy at ibuhos kaagad ang mga nilalaman ng kawali sa ibabaw ng beans. Ihagis at idagdag ang berdeng sibuyas, herbs, lemon zest, isang masaganang ¼ kutsarita ng asin, at itim na paminta.
e) Ihain, o panatilihin sa refrigerator hanggang sa isang araw. Tandaan lamang na ibalik sa temperatura ng silid bago ihain.

50. Root vegetable slaw na may labneh

MGA INGREDIENTS:
- 3 medium beets (1 lb / 450 g sa kabuuan)
- 2 katamtamang karot (9 oz / 250 g sa kabuuan)
- ½ ugat ng kintsay (10 oz / 300 g sa kabuuan)
- 1 medium kohlrabi (9 oz / 250 g sa kabuuan)
- 4 na kutsarang sariwang kinatas na lemon juice
- 4 tbsp langis ng oliba
- 3 kutsarang suka ng sherry
- 2 tsp superfine sugar
- ¾ tasa / 25 g dahon ng cilantro, tinadtad nang magaspang
- ¾ tasa / 25 g dahon ng mint, ginutay-gutay
- ⅔ tasa / 20 g flat-leaf na dahon ng parsley, tinadtad nang magaspang
- ½ kutsarang gadgad na lemon zest
- 1 tasa / 200 g labneh (binili sa tindahan o tingnan ang recipe)
- asin at sariwang giniling na itim na paminta
- Balatan ang lahat ng mga gulay at hiwain ng manipis, humigit-kumulang 1/16 maliit na mainit na sili , pinong tinadtad

MGA TAGUBILIN:

a) Ilagay ang lemon juice, olive oil, suka, asukal, at 1 kutsarita ng asin sa isang maliit na kasirola. Dalhin sa mahinang kumulo at haluin hanggang matunaw ang asukal at asin. Alisin mula sa init.

b) Patuyuin ang mga piraso ng gulay at ilipat sa isang tuwalya ng papel upang matuyo nang mabuti. Patuyuin ang mangkok at palitan ang mga gulay. Ibuhos ang mainit na dressing sa mga gulay, haluing mabuti, at hayaang lumamig. Ilagay sa refrigerator nang hindi bababa sa 45 minuto.

c) Kapag handa nang ihain, idagdag ang mga herbs, lemon zest, at 1 kutsarita ng black pepper sa salad. Haluin nang mabuti, tikman, at magdagdag ng higit pang asin kung kinakailangan. Itambak sa mga serving plate at ihain na may kasamang labneh sa gilid.

51.Pritong kamatis na may bawang

MGA INGREDIENTS:
- 3 malalaking cloves ng bawang, durog
- ½ maliit na mainit na sili , pinong tinadtad
- 2 tbsp tinadtad na flat-leaf parsley
- 3 malaki, hinog ngunit matigas na kamatis (mga 1 lb / 450 g sa kabuuan)
- 2 kutsarang langis ng oliba
- Maldon sea salt at freshly ground black pepper
- simpleng tinapay, upang ihain

MGA TAGUBILIN:
a) Paghaluin ang bawang, sili , at tinadtad na perehil sa isang maliit na mangkok at itabi. Itaas at buntot ang mga kamatis at hiwain nang patayo sa mga hiwa na humigit-kumulang ⅔ pulgada / 1.5 cm ang kapal.
b) Init ang mantika sa isang malaking kawali sa katamtamang init. Ilagay ang mga hiwa ng kamatis, timplahan ng asin at paminta, at lutuin ng humigit-kumulang 1 minuto, saka baligtarin, timplahan muli ng asin at paminta, at budburan ng pinaghalong bawang. Magpatuloy sa pagluluto ng isa pang minuto o higit pa, nanginginig ang kawali paminsan-minsan, pagkatapos ay ibalik ang mga hiwa at lutuin ng ilang segundo, hanggang malambot ngunit hindi malambot.
c) Ilagay ang mga kamatis sa isang serving plate, ibuhos ang mga juice mula sa kawali, at ihain kaagad, na sinamahan ng tinapay.

52. Pritong cauliflower na may tahini

MGA INGREDIENTS:
- 2 tasa / 500 ML ng langis ng mirasol
- 2 medium heads cauliflower (2¼ lb / 1 kg sa kabuuan), nahahati sa maliliit na florets
- 8 berdeng sibuyas, bawat isa ay nahahati sa 3 mahabang segment
- ¾ tasa / 180 g light tahini paste
- 2 cloves bawang, durog
- ¼ tasa / 15 g flat-leaf parsley, tinadtad
- ¼ tasa / 15 g tinadtad na mint, dagdag pa para matapos
- ⅔ tasa / 150 g Greek yogurt
- ¼ tasa / 60ml sariwang kinatas na lemon juice, kasama ang grated zest ng 1 lemon
- 1 tsp molasses ng granada, dagdag pa para matapos
- humigit-kumulang ¾ tasa / 180 ML ng tubig
- Maldon sea salt at freshly ground black pepper

MGA TAGUBILIN:

a) Init ang langis ng mirasol sa isang malaking kasirola na inilagay sa medium-high heat. Gamit ang isang pares ng metal na sipit o isang metal na kutsara, maingat na maglagay ng ilang cauliflower florets nang paisa-isa sa mantika at lutuin ang mga ito sa loob ng 2 hanggang 3 minuto, paikutin ang mga ito upang pantay ang kulay. Kapag ginintuang kayumanggi, gumamit ng slotted na kutsara upang iangat ang mga bulaklak sa isang colander upang maubos. Budburan ng kaunting asin. Magpatuloy sa mga batch hanggang sa matapos mo ang lahat ng cauliflower. Susunod, iprito ang mga berdeng sibuyas sa mga batch ngunit sa loob lamang ng 1 minuto. Idagdag sa cauliflower. Hayaang lumamig ng kaunti ang dalawa.

b) Ibuhos ang tahini paste sa isang malaking mangkok ng paghahalo at idagdag ang bawang, tinadtad na damo, yogurt, lemon juice at zest, granada molasses, at ilang asin at paminta. Haluing mabuti gamit ang isang kahoy na kutsara habang idinadagdag mo ang tubig. Ang tahini sauce ay magpapalapot at pagkatapos ay lumuwag habang nagdaragdag ka ng tubig. Huwag magdagdag ng labis, sapat lamang upang makakuha ng isang makapal, ngunit makinis, maibuhos na pagkakapare-pareho, medyo tulad ng pulot.

c) Idagdag ang cauliflower at berdeng sibuyas sa tahini at haluing mabuti. Tikman at ayusin ang pampalasa. Baka gusto mo ring magdagdag ng higit pang lemon juice.

d) Upang ihain, sandok sa isang serving bowl at tapusin ng ilang patak ng granada molasses at ilang mint.

53. Tabbouleh

MGA INGREDIENTS:
- ½ tasa / 30 g pinong bulgur na trigo
- 2 malalaking kamatis, hinog ngunit matigas (10½ oz / 300 g sa kabuuan)
- 1 shallot, pinong tinadtad (3 tbsp / 30 g sa kabuuan)
- 3 kutsarang sariwang kinatas na lemon juice, kasama ng kaunting dagdag para matapos
- 4 na malalaking bungkos na flat-leaf parsley (5½ oz / 160 g sa kabuuan)
- 2 bungkos ng mint (1 oz / 30 g sa kabuuan)
- 2 tsp ground allspice
- 1 tsp baharat spice mix (binili sa tindahan o tingnan ang recipe)
- ½ tasa / 80 ml pinakamataas na kalidad ng langis ng oliba
- mga buto ng halos ½ malaking granada (½ tasa / 70 g sa kabuuan), opsyonal
- asin at sariwang giniling na itim na paminta

MGA TAGUBILIN:

a) Ilagay ang bulgur sa isang pinong salaan at patakbuhin sa ilalim ng malamig na tubig hanggang ang tubig na dumaraan ay magmukhang malinaw at karamihan sa almirol ay maalis. Ilipat sa isang malaking mangkok ng paghahalo.

b) Gumamit ng maliit na serrated na kutsilyo upang gupitin ang mga kamatis sa ¼ pulgada / 0.5 cm ang kapal. Gupitin ang bawat hiwa sa ¼-inch / 0.5cm na piraso at pagkatapos ay sa mga dice. Idagdag ang mga kamatis at ang kanilang mga juice sa mangkok, kasama ang shallot at lemon juice at haluing mabuti.

c) Kumuha ng ilang sprigs ng perehil at i-pack ang mga ito nang mahigpit. Gumamit ng malaki at napakatalim na kutsilyo para putulin ang karamihan sa mga tangkay at itapon. Ngayon, gamitin ang kutsilyo upang itaas ang mga tangkay at dahon, unti-unting "pagpapakain" ang kutsilyo upang gutayin ang parsley nang pinong-pino hangga't maaari at subukang maiwasan ang pagputol ng mga piraso na mas lapad kaysa 1/16 pulgada / 1 mm. Idagdag sa mangkok.

d) Kunin ang mga dahon ng mint mula sa mga tangkay, mag-impake ng ilang magkasama nang mahigpit, at gutayin ang mga ito nang pino gaya ng ginawa mo sa perehil; huwag masyadong tadtarin dahil malamang na mawalan ng kulay. Idagdag sa mangkok.

e) Panghuli, idagdag ang allspice, baharat, langis ng oliba, granada, kung ginagamit, at ilang asin at paminta. Tikman, at magdagdag ng higit pang asin at paminta kung gusto mo, posibleng kaunting lemon juice, at ihain.

54. Sabih

MGA INGREDIENTS:
- 2 malalaking talong (mga 1⅔ lb / 750 g sa kabuuan)
- mga 1¼ tasa / 300 ML ng langis ng mirasol
- 4 na hiwa ng magandang kalidad na puting tinapay, toasted, o sariwa at basa-basa na mini pitas
- 1 tasa / 240 ml na sarsa ng Tahini
- 4 na malalaking free-range na itlog, pinakuluang, binalatan, at hiniwa sa ⅜-pulgada / 1cm makapal na hiwa o pinaghiwa-hiwalay
- mga 4 tbsp Zhoug
- amba o malasang mango pickle (opsyonal)
- asin at sariwang giniling na itim na paminta

tinadtad na salad
- 2 katamtamang hinog na kamatis, gupitin sa ⅜-pulgada / 1cm dice (mga 1 tasa / 200 g sa kabuuan)
- 2 mini cucumber, gupitin sa ⅜-pulgada / 1cm dice (mga 1 tasa / 120 g sa kabuuan)
- 2 berdeng sibuyas, hiniwa nang manipis
- 1½ kutsarang tinadtad na flat-leaf parsley
- 2 tsp sariwang kinatas na lemon juice
- 1½ kutsarang langis ng oliba

MGA TAGUBILIN:

a) Gumamit ng vegetable peeler upang alisan ng balat ang mga piraso ng balat ng talong mula sa itaas hanggang sa ibaba, na iniiwan ang mga talong na may mga salit-salit na piraso ng itim na balat at puting laman, parang zebra . Gupitin ang parehong mga eggplants sa lapad na hiwa na 1 pulgada / 2.5 cm ang kapal. Budburan ang mga ito ng asin sa magkabilang panig, pagkatapos ay ikalat ang mga ito sa isang baking sheet at hayaang tumayo ng hindi bababa sa 30 minuto upang maalis ang ilang tubig. Gumamit ng mga tuwalya ng papel upang punasan ang mga ito.

b) Init ang langis ng mirasol sa isang malawak na kawali. Maingat—tumalsik ang mantika—iprito ang mga hiwa ng talong nang paisa-isa hanggang sa maganda at madilim, paikutin nang isang beses, 6 hanggang 8 minuto ang kabuuan. Magdagdag ng mantika kung kinakailangan habang niluluto mo ang mga batch. Kapag tapos na, ang mga piraso ng talong ay dapat na ganap na malambot sa gitna. Alisin mula sa kawali at alisan ng tubig sa mga tuwalya ng papel.

c) Gawin ang tinadtad na salad sa pamamagitan ng paghahalo ng lahat ng sangkap at pampalasa na may asin at paminta ayon sa panlasa.

d) Bago ihain, maglagay ng 1 hiwa ng tinapay o pita sa bawat plato. Sandok ng 1 kutsara ng tahini sauce sa bawat hiwa, pagkatapos ay ayusin ang mga hiwa ng talong sa itaas, na magkakapatong. Ibuhos ang ilan pang tahini ngunit hindi ganap na natatakpan ang mga hiwa ng talong. Timplahan ng asin at paminta ang bawat hiwa ng itlog at ilagay sa ibabaw ng talong. Magpahid ng tahini sa ibabaw at sandok ng mas maraming zhoug hangga't gusto mo; ingat ka, ang init! Sandok din ang mango pickle, kung gusto mo. Ihain ang vegetable salad sa gilid, sandok ng ilan sa ibabaw ng bawat serving kung ninanais.

MGA SABAW

55. Bissara (Fava Bean Soup)

MGA INGREDIENTS:
- 2 tasang pinatuyong fava beans, ibinabad sa magdamag
- 1 sibuyas, pinong tinadtad
- 3 cloves ng bawang, tinadtad
- 1/4 tasa ng langis ng oliba
- 1 kutsarita ng kumin
- Asin at paminta para lumasa
- Lemon wedges para sa paghahatid

MGA TAGUBILIN:
a) Patuyuin at banlawan ang binabad na fava beans.
b) Sa isang malaking kaldero, igisa ang tinadtad na sibuyas at tinadtad na bawang sa langis ng oliba hanggang sa ginintuang.
c) Idagdag ang fava beans sa palayok at takpan ng tubig.
d) Pakuluan, pagkatapos ay bawasan ang apoy at kumulo hanggang sa lumambot ang beans (mga 1-2 oras).
e) Gumamit ng blender o immersion blender upang katas ang sopas hanggang makinis.
f) Magdagdag ng kumin, asin, at paminta sa panlasa. Ayusin ang pagkakapare-pareho sa tubig kung kinakailangan.
g) Ihain nang mainit na may kaunting olive oil at lemon wedges.

56.Shorbat Adas (Lentil Soup)

MGA INGREDIENTS:
- 1 tasang pulang lentil, banlawan
- 1 malaking sibuyas, pinong tinadtad
- 2 karot, diced
- 2 cloves ng bawang, tinadtad
- 1 kutsarita ng ground cumin
- 1 kutsarita ng ground coriander
- 6 tasang sabaw ng gulay o manok
- Langis ng oliba
- Asin at paminta para lumasa
- Lemon wedges para sa paghahatid

MGA TAGUBILIN:
a) Sa isang kaldero, igisa ang mga sibuyas at bawang sa langis ng oliba hanggang lumambot.
b) Magdagdag ng lentil, karot, kumin, kulantro, asin, at paminta. Haluin upang pagsamahin.
c) Ibuhos ang sabaw at pakuluan. Bawasan ang init at kumulo hanggang malambot ang lentil.
d) Haluin ang sopas kung gusto mo ng mas makinis na pagkakapare-pareho. Ihain na may piga ng lemon.

57.Shorbat Freekeh (Freekeh Soup)

MGA INGREDIENTS:
- 1 tasang freekeh , banlawan
- 1 lb tupa o manok, cubed
- 1 sibuyas, pinong tinadtad
- 2 karot, diced
- 2 kutsarang langis ng oliba
- 6 tasa ng tubig o sabaw
- Asin at paminta para lumasa
- Sariwang perehil para sa dekorasyon

MGA TAGUBILIN:
a) Sa isang kaldero, igisa ang mga sibuyas sa langis ng oliba hanggang sa translucent. Magdagdag ng karne at kayumanggi.
b) Magdagdag ng freekeh , karot, asin, at paminta. Haluin mabuti.
c) Ibuhos sa tubig o sabaw at pakuluan. Bawasan ang init at kumulo hanggang maluto ang freekeh .
d) Palamutihan ng sariwang perehil bago ihain.

58.Shorbat Khodar (Sabaw ng Gulay)

MGA INGREDIENTS:
- 1 zucchini, diced
- 2 karot, diced
- 1 patatas, hiniwa
- 1 sibuyas, pinong tinadtad
- 2 kamatis, tinadtad
- 2 kutsarang langis ng oliba
- 6 tasang sabaw ng gulay
- 1/2 tasa ng vermicelli o maliit na pasta
- Asin at paminta para lumasa
- Sariwang mint para sa dekorasyon

MGA TAGUBILIN:
a) Sa isang kaldero, igisa ang mga sibuyas sa langis ng oliba hanggang lumambot. Magdagdag ng zucchini, karot, at patatas.
b) Haluin ang mga kamatis, sabaw, asin, at paminta. Pakuluan.
c) Magdagdag ng vermicelli at lutuin hanggang lumambot ang mga gulay at pasta.
d) Palamutihan ng sariwang mint bago ihain.

59. Bee t Kubbeh (Kubbeh Soup)

MGA INGREDIENTS:
PARA SA KUBBEH:
- 1 malaking dilaw na sibuyas, napaka pinong tinadtad
- ¾ pound ground beef
- 1 kutsarita kosher salt
- ½ kutsarita na sariwang giniling na itim na paminta, at higit pa sa panlasa
- 1 kutsarita baharat
- ¼ tasa tinadtad na dahon ng kintsay (opsyonal)
- 3 tasa ng pinong semolina na harina
- 1 ½ tasa ng tubig, hinati
- 1 kutsarang canola oil

PARA SA SOUP:
- 1 kutsarang canola oil
- 1 malaking dilaw na sibuyas, pinong tinadtad
- 3 malalaking beets, binalatan at pinutol sa 1/2-pulgada na piraso
- 3 quarts ng tubig
- 1 kutsarang butil na asukal
- 4 kutsarita kosher salt
- Bagong giniling na itim na paminta
- 3 tablespoons sariwang lemon juice, hatiin
- Tinadtad na dahon ng kintsay (opsyonal)

MGA TAGUBILIN:

a) Gawin ang pagpuno ng kubbeh: Ilagay ang 1 tinadtad na sibuyas sa isang malinis na tuwalya sa kusina. Paggawa sa ibabaw ng lababo o isang mangkok, pisilin at itapon ang mas maraming likido hangga't maaari. Ilagay ang mga sibuyas sa isang malaking mangkok. Idagdag ang karne ng baka sa malaking mangkok kasama ang asin, paminta, baharat, at tinadtad na dahon ng kintsay, kung gagamitin. Haluin gamit ang iyong mga kamay hanggang sa pinagsama, pagkatapos ay takpan ang mangkok at palamigin sa loob ng 30 minuto.

b) Gawin ang kubbeh patties: Paghaluin ang 3 tasang semolina na harina, 1 tasa ng tubig, 1 kutsarita ng asin, at 1 kutsarang mantika sa isang daluyan ng mangkok hanggang makinis. Knead ang timpla sa mangkok upang pagsamahin hanggang sa ito ay bumuo ng isang masa na basa-basa ngunit hindi malagkit. Kung ang masa ay malagkit, masahin sa karagdagang semolina na harina, 1 kutsarita sa isang pagkakataon. Kung pakiramdam ng kuwarta ay tuyo, magdagdag ng karagdagang tubig, 1 kutsarita sa isang pagkakataon.

c) Gupitin ang kuwarta sa dalawang piraso at panatilihing natatakpan ang isa sa kanila. Igulong ang isa pang piraso ng kuwarta sa ibabaw ng trabaho na bahagyang nalagyan ng alikabok ng semolina flour, o sa pagitan ng 2 piraso ng wax paper hanggang sa ito ay ⅛-pulgada ang kapal. Gupitin ang humigit-kumulang 2 ½-pulgadang bilog at ilagay ang mga ginupit na piraso sa isang piraso ng wax paper. I-roll muli ang scrap at ipagpatuloy ang pagputol ng mga bilog hanggang sa maubos mo ang kuwarta. Maaari mong isalansan ang mga ginupit na bilog sa pagitan ng mga layer ng wax paper.

d) Linya 1 hanggang 2 sheet pan na may parchment paper. Alisin ang pagpuno ng kubbeh mula sa refrigerator. Basain ang iyong mga kamay kung kinakailangan upang hindi dumikit ang timpla, kurutin ang isang maliit na piraso ng pagpuno ng kubbeh at dahan-dahang igulong sa isang 1" na bola. Ilagay ang bola ng pagpuno ng kubbeh sa gitna ng isang niligid na bilog ng kuwarta at kurutin upang ma-seal ang mga dulo. Dahan-dahang igulong ang bola sa iyong mga kamay sa isang bola upang matiyak na ang karne ay selyadong sa kuwarta. Ilagay sa inihandang sheet pan. Ulitin ang pag-roll, pagpuno at paghugis hanggang ang natitirang kubbeh filling at dough ay nagamit na lahat. Kung nagpaplanong lutuin ang mga kubbeh na ito sa loob ng 12 oras, ilagay sa refrigerator; kung naghihintay ng mas matagal, i-freeze ang kubbeh sa sheet pan hanggang solid, mga 2 oras, pagkatapos ay ilipat sa isang lalagyan ng airtight at i-freeze hanggang handa nang maluto.

e) Ulitin ang mga hakbang 2 hanggang 4 hanggang sa magamit ang lahat ng masa at pinaghalong karne ng baka.

f) Gawin ang sopas: Sa isang malaking kaldero, painitin ang 1 kutsarang mantika sa katamtamang init. Igisa ang 1 tinadtad na sibuyas hanggang sa transparent, mga 4 na minuto. Idagdag ang mga beets at igisa hanggang lumambot, mga 7 hanggang 8 minuto. Idagdag ang tubig, kalahati ng lemon juice, asukal, asin, paminta, at dahon ng kintsay kung gagamitin, at pakuluan ang timpla. Dahan-dahang ihulog ang kubbeh sa sopas, bawasan ang apoy sa mahina, at takpan ang kaldero. Pakuluan hanggang maluto ang kubbeh at ang beets, mga 50 minuto.

g) Timplahan ng mas maraming asin at paminta ang sabaw ayon sa panlasa. Magdagdag ng natitirang lemon juice at ihain kaagad ang sopas na may ilang kubbeh bawat serving.

60. Shortbat Khodar (Sabaw ng Gulay)

MGA INGREDIENTS:
- 1 sibuyas, tinadtad
- 2 karot, diced
- 2 zucchini, tinadtad
- 1 patatas, hiniwa
- 1/2 tasa ng green beans, tinadtad
- 1/4 tasa ng lentil
- 1 kutsarita ng ground cumin
- 1 kutsarita ng ground coriander
- 6 tasang sabaw ng gulay
- sariwang perehil, tinadtad (para sa dekorasyon)
- Langis ng oliba para sa pag-ambon
- Asin at paminta para lumasa

MGA TAGUBILIN:
a) Sa isang kaldero, igisa ang mga sibuyas hanggang sa transparent.
b) Magdagdag ng mga karot, zucchini, patatas, green beans, lentil, kumin, at kulantro. Haluin mabuti.
c) Ibuhos ang sabaw ng gulay at pakuluan. Bawasan ang init at kumulo hanggang sa lumambot ang mga gulay.
d) Timplahan ng asin at paminta. Palamutihan ng sariwang perehil at lagyan ng langis ng oliba bago ihain.

61. Gulay Shurbah

MGA INGREDIENTS:
- 2 kutsarang langis ng gulay
- 1 sibuyas, pinong tinadtad
- 2 carrots, binalatan at diced
- 2 patatas, binalatan at hiniwa
- 1 zucchini, diced
- 1 tasang green beans, tinadtad
- 2 kamatis, hiniwa
- 3 cloves ng bawang, tinadtad
- 1 kutsarita ng ground cumin
- 1 kutsarita ng ground coriander
- 1 kutsaritang giniling na turmerik
- Asin at paminta para lumasa
- 6 tasang sabaw ng gulay
- 1/2 tasa ng vermicelli o maliit na pasta
- Sariwang perehil para sa dekorasyon

MGA TAGUBILIN:
a) Sa isang malaking palayok, painitin ang langis ng gulay sa katamtamang init. Magdagdag ng tinadtad na sibuyas at tinadtad na bawang, igisa hanggang lumambot.
b) Magdagdag ng diced carrots, patatas, zucchini, green beans, at mga kamatis sa palayok. Magluto ng mga 5 minuto, paminsan-minsang pagpapakilos.
c) Budburan ang ground cumin, coriander, turmeric, asin, at paminta sa mga gulay. Haluing mabuti upang malagyan ng mga pampalasa ang mga gulay.
d) Ibuhos ang sabaw ng gulay at dalhin ang timpla sa isang pigsa. Kapag kumulo na, bawasan ang apoy at hayaang maluto ng mga 15-20 minuto o hanggang sa lumambot ang mga gulay.
e) Magdagdag ng vermicelli o maliit na pasta sa kaldero at lutuin ayon sa mga tagubilin sa pakete hanggang sa al dente.
f) Ayusin ang pampalasa kung kinakailangan at hayaang kumulo ang sabaw para sa karagdagang 5 minuto upang hayaang matunaw ang mga lasa.
g) Ihain nang mainit, pinalamutian ng sariwang perehil.

62. Watercress at chickpea na sopas na may rosas na tubig

MGA INGREDIENTS:
- 2 medium carrots (9 oz / 250 g sa kabuuan), gupitin sa ¾-inch / 2cm dice
- 3 kutsarang langis ng oliba
- 2½ tsp ras el hanout
- ½ tsp giniling na kanela
- 1½ tasa / 240 g nilutong chickpeas, sariwa o de-latang
- 1 katamtamang sibuyas, hiniwa ng manipis
- 2½ tbsp / 15 g binalatan at pinong tinadtad na sariwang luya
- 2½ tasa / 600 ML stock ng gulay
- 7 oz / 200 g watercress
- 3½ oz / 100 g dahon ng spinach
- 2 tsp superfine sugar
- 1 tsp rosas na tubig
- asin
- Greek yogurt, ihain (opsyonal)
- Painitin muna ang oven sa 425°F / 220°C.

MGA TAGUBILIN

a) Paghaluin ang mga karot na may 1 kutsara ng langis ng oliba, ang ras el hanout, kanela, at isang masaganang pakurot ng asin at ikalat nang patag sa isang kawali na nilagyan ng parchment paper. Ilagay sa oven sa loob ng 15 minuto, pagkatapos ay idagdag ang kalahati ng mga chickpeas, haluing mabuti, at lutuin ng isa pang 10 minuto, hanggang sa lumambot ang karot ngunit mayroon pa ring kagat.

b) Samantala, ilagay ang sibuyas at luya sa isang malaking kasirola. Igisa kasama ang natitirang langis ng oliba sa loob ng mga 10 minuto sa katamtamang init, hanggang ang sibuyas ay ganap na malambot at ginintuang. Idagdag ang natitirang mga chickpeas, stock, watercress, spinach, asukal, at ¾ kutsarita ng asin, haluing mabuti, at pakuluan. Magluto ng isang minuto o dalawa, hanggang sa matuyo ang mga dahon.

c) Gamit ang food processor o blender, blitz ang sopas hanggang makinis. Idagdag ang rosas na tubig, pukawin, tikman, at magdagdag ng higit pang asin o rosas na tubig kung gusto mo. Itabi hanggang sa maging handa ang carrot at chickpeas, pagkatapos ay initin muli upang ihain.

d) Upang ihain, hatiin ang sopas sa apat na mangkok at itaas ang mainit na karot at chickpeas at, kung gusto mo, mga 2 kutsarita ng yogurt bawat bahagi.

63. Mainit na yogurt at barley na sopas

MGA INGREDIENTS:
- 6¾ tasa / 1.6 litro ng tubig
- 1 tasa / 200 g perlas barley
- 2 medium na sibuyas, pinong tinadtad
- 1½ tsp pinatuyong mint
- 4 tbsp / 60 g unsalted butter
- 2 malalaking itlog, pinalo
- 2 tasa / 400 g Greek yogurt
- ⅔ oz / 20 g sariwang mint, tinadtad
- ⅓ oz / 10 g flat-leaf parsley, tinadtad
- 3 berdeng sibuyas, hiniwa ng manipis
- asin at sariwang giniling na itim na paminta

MGA TAGUBILIN

a) Pakuluan ang tubig kasama ang barley sa isang malaking kasirola, magdagdag ng 1 kutsarita ng asin, at kumulo hanggang maluto ang barley ngunit al dente pa rin, 15 hanggang 20 minuto. Alisin mula sa init. Kapag naluto na, kakailanganin mo ng 4¾ cups / 1.1 liters ng cooking liquid para sa sopas; top up ng tubig kung mas kaunti dahil sa evaporation.

b) Habang nagluluto ang barley, igisa ang sibuyas at pinatuyong mint sa katamtamang init sa mantikilya hanggang malambot, mga 15 minuto. Idagdag ito sa nilutong barley.

c) Pagsamahin ang mga itlog at yogurt sa isang malaking mangkok na hindi tinatablan ng init. Dahan-dahang ihalo ang ilan sa barley at tubig, isang sandok sa isang pagkakataon, hanggang sa uminit ang yogurt. Ito ay magpapainit sa yogurt at mga itlog at pipigilan ang mga ito sa paghahati kapag idinagdag sa mainit na likido.

d) Idagdag ang yogurt sa kaldero ng sopas at bumalik sa katamtamang init, patuloy na pagpapakilos, hanggang sa kumulo ang sopas. Alisin mula sa apoy, idagdag ang mga tinadtad na damo at berdeng sibuyas at suriin ang pampalasa.

e) Ihain nang mainit.

64. Pistachio na sopas

MGA INGREDIENTS:
- 2 tbsp tubig na kumukulo
- ¼ tsp na sinulid ng safron
- 1⅔ tasa / 200 g may kabibi na unsalted pistachios
- 2 tbsp / 30 g unsalted butter
- 4 na shallots, pinong tinadtad (3½ oz / 100 g sa kabuuan)
- 1 oz / 25 g luya, binalatan at pinong tinadtad
- 1 leek, pinong tinadtad (1¼ tasa / 150 g sa kabuuan)
- 2 tsp ground cumin
- 3 tasa / 700 ML stock ng gulay
- ⅓ tasa / 80 ML sariwang kinatas na orange juice
- 1 kutsarang sariwang kinatas na lemon juice
- asin at sariwang giniling na itim na paminta
- kulay-gatas, upang ihain

MGA TAGUBILIN:
a) Painitin muna ang oven sa 350°F / 180°C. Ibuhos ang kumukulong tubig sa mga sinulid ng safron sa isang maliit na tasa at iwanan upang mag-infuse sa loob ng 30 minuto.
b) Upang alisin ang mga balat ng pistachio, paputiin ang mga mani sa kumukulong tubig sa loob ng 1 minuto, alisan ng tubig, at habang mainit pa, alisin ang mga balat sa pamamagitan ng pagpindot sa mga mani sa pagitan ng iyong mga daliri. Hindi lahat ng balat ay lalabas gaya ng mga almendras—mabuti ito dahil hindi ito makakaapekto sa sopas—ngunit ang pag-alis ng ilang balat ay magpapaganda ng kulay, na ginagawa itong mas maliwanag na berde. Ikalat ang mga pistachio sa isang baking sheet at inihaw sa oven sa loob ng 8 minuto. Alisin at hayaang lumamig.
c) Init ang mantikilya sa isang malaking kasirola at idagdag ang mga shallots, luya, leek, cumin, ½ kutsarita ng asin, at ilang itim na paminta. Igisa sa katamtamang init sa loob ng 10 minuto, haluin nang madalas, hanggang sa ang mga shallots ay ganap na lumambot. Idagdag ang stock at kalahati ng safron liquid. Takpan ang kawali, ibaba ang apoy, at hayaang kumulo ang sabaw sa loob ng 20 minuto.
d) Ilagay ang lahat maliban sa 1 kutsara ng pistachios sa isang malaking mangkok kasama ang kalahati ng sopas. Gumamit ng handheld blender upang i-blitz hanggang makinis at pagkatapos ay ibalik ito sa kasirola. Idagdag ang orange at lemon juice, magpainit muli, at tikman upang ayusin ang pampalasa.
e) Upang ihain, gupitin nang magaspang ang mga nakareserbang pistachio. Ilipat ang mainit na sopas sa mga mangkok at itaas na may isang kutsarang puno ng kulay-gatas. Budburan ang pistachios at ibuhos ang natitirang saffron liquid.

65.Nasusunog na Talong at Mograbieh Soup

MGA INGREDIENTS:
- 5 maliliit na talong (mga 2½ lb / 1.2 kg sa kabuuan)
- langis ng mirasol, para sa Pagprito
- 1 sibuyas, hiniwa (mga 1 tasa / 125 g sa kabuuan)
- 1 kutsarang buto ng kumin, sariwang giniling
- 1½ tsp tomato paste
- 2 malalaking kamatis (12 oz / 350 g sa kabuuan), balat at diced
- 1½ tasa / 350 ML stock ng gulay
- 1⅔ tasa / 400 ML ng tubig
- 4 cloves bawang, durog
- 2½ tsp asukal
- 2 kutsarang sariwang kinatas na lemon juice
- ⅓ tasa / 100 g mograbieh , o alternatibo, gaya ng maftoul , fregola , o giant couscous (tingnan ang seksyon sa Couscous)
- 2 kutsarang ginutay-gutay na basil, o 1 kutsarang tinadtad na dill, opsyonal
- asin at sariwang giniling na itim na paminta

MGA TAGUBILIN:
a) Magsimula sa pagsunog ng tatlo sa mga talong. Upang gawin ito, sundin ang mga tagubilin para sa Burnt eggplant na may mga buto ng bawang, lemon, at granada.
b) Gupitin ang natitirang mga talong sa ⅔-pulgada / 1.5cm na dice. Mag-init ng humigit-kumulang ⅔ tasa / 150 ml na mantika sa isang malaking kasirola sa katamtamang init. Kapag mainit na, ilagay ang eggplant dice. Magprito sa loob ng 10 hanggang 15 minuto, madalas na pagpapakilos, hanggang sa kulay ang lahat; magdagdag pa ng kaunting mantika kung kinakailangan para laging may mantika sa kawali. Alisin ang talong, ilagay sa isang colander upang maubos, at budburan ng asin.
c) Siguraduhin na mayroon kang mga 1 kutsarang mantika na natitira sa kawali, pagkatapos ay idagdag ang sibuyas at kumin at igisa ng mga 7 minuto, madalas na pagpapakilos. Idagdag ang tomato paste at lutuin ng isa pang minuto bago idagdag ang mga kamatis, stock, tubig, bawang, asukal, lemon juice, 1½ kutsarita ng asin, at ilang itim na paminta. Dahan-dahang kumulo sa loob ng 15 minuto.
d) Samantala, pakuluan ang isang maliit na kasirola ng tubig na inasnan at ilagay ang mograbieh o alternatibo. Magluto hanggang al dente; ito ay mag-iiba ayon sa tatak ngunit dapat tumagal ng 15 hanggang 18 minuto (tingnan ang pakete). Patuyuin at i-refresh sa ilalim ng malamig na tubig.
e) Ilipat ang nasunog na laman ng talong sa sopas at i-blitz sa isang makinis na likido na may handheld blender. Idagdag ang mograbieh at pritong talong, itabi ang kaunti para palamuti sa dulo, at kumulo ng isa pang 2 minuto. Tikman at ayusin ang pampalasa. Ihain nang mainit, kasama ang nakareserbang mograbieh at pritong talong sa ibabaw at pinalamutian ng basil o dill, kung gusto mo.

66.Tomato at sourdough na sopas

MGA INGREDIENTS:
- 2 kutsarang langis ng oliba, dagdag pa para matapos
- 1 malaking sibuyas, tinadtad (1⅔ tasa / 250 g sa kabuuan)
- 1 tsp buto ng cumin
- 2 cloves bawang, durog
- 3 tasa / 750 ML stock ng gulay
- 4 na malalaking hinog na kamatis, tinadtad (4 tasa / 650 g sa kabuuan)
- isang 14-oz / 400g lata na tinadtad na mga kamatis na Italyano
- 1 kutsarang superfine na asukal
- 1 hiwa ng sourdough bread (1½ oz / 40 g sa kabuuan)
- 2 kutsarang tinadtad na cilantro, dagdag pa para matapos
- asin at sariwang giniling na itim na paminta

MGA TAGUBILIN:

a) Init ang mantika sa isang medium saucepan at idagdag ang sibuyas. Igisa para sa mga 5 minuto, pagpapakilos madalas, hanggang sa ang sibuyas ay translucent. Idagdag ang kumin at bawang at iprito sa loob ng 2 minuto. Ibuhos sa stock, parehong uri ng kamatis, asukal, 1 kutsarita ng asin, at isang magandang giling ng itim na paminta.

b) Dalhin ang sopas sa banayad na kumulo at lutuin ng 20 minuto, idagdag ang tinapay, pinunit sa mga tipak, sa kalahati ng pagluluto.

c) Panghuli, idagdag ang cilantro at pagkatapos ay blitz, gamit ang isang blender, sa ilang mga pulso upang ang mga kamatis ay masira ngunit medyo magaspang at makapal pa rin. Ang sopas ay dapat na medyo makapal; magdagdag ng kaunting tubig kung ito ay masyadong makapal sa puntong ito. Ihain, binuhusan ng mantika at nakakalat ng sariwang cilantro.

SALADS

67. Salad ng Kamatis at Pipino

MGA INGREDIENTS:
- 4 na kamatis, hiniwa
- 2 mga pipino, diced
- 1 pulang sibuyas, pinong tinadtad
- 1 berdeng sili, pinong tinadtad
- Sariwang kulantro, tinadtad
- Juice ng 2 lemon
- Asin at paminta para lumasa

MGA TAGUBILIN:
a) Pagsamahin ang mga kamatis, pipino, pulang sibuyas, berdeng sili, at kulantro sa isang mangkok.
b) Magdagdag ng lemon juice, asin, at paminta. Ihagis upang pagsamahin.
c) Palamigin sa refrigerator ng isang oras bago ihain.

68. Chickpea Salad (Salatat Hummus)

MGA INGREDIENTS:
- 2 tasang nilutong chickpeas
- 1 pipino, diced
- 1 kamatis, hiniwa
- 1/2 pulang sibuyas, pinong tinadtad
- 1/4 tasa tinadtad na sariwang mint
- 1/4 tasa tinadtad na sariwang perehil
- Juice ng 1 lemon
- 2 kutsarang langis ng oliba
- Asin at paminta para lumasa

MGA TAGUBILIN:
a) Sa isang mangkok, pagsamahin ang mga chickpeas, pipino, kamatis, pulang sibuyas, mint, at perehil.
b) Ibuhos ang lemon juice at langis ng oliba.
c) Timplahan ng asin at paminta.
d) Ihagis ng mabuti ang salad at ihain nang malamig.

69.Tabbouleh Salad

MGA INGREDIENTS:
- 1 tasa ng bulgur na trigo, ibabad sa mainit na tubig sa loob ng 1 oras
- 2 tasang sariwang perehil, pinong tinadtad
- 1 tasa sariwang dahon ng mint, pinong tinadtad
- 4 na kamatis, pinong tinadtad
- 1 pipino, pinong diced
- 1/2 tasa pulang sibuyas, pinong tinadtad
- Juice ng 3 lemon
- Langis ng oliba
- Asin at paminta para lumasa

MGA TAGUBILIN:
a) Alisan ng tubig ang basang bulgur at ilagay ito sa isang malaking mangkok.
b) Magdagdag ng tinadtad na perehil, mint, kamatis, pipino, at pulang sibuyas.
c) Sa isang maliit na mangkok, haluin ang lemon juice at langis ng oliba. Ibuhos sa salad.
d) Timplahan ng asin at paminta. Haluing mabuti at palamigin ng hindi bababa sa 30 minuto bago ihain.

70. Fattoush Salad

MGA INGREDIENTS:
- 2 tasang pinaghalong salad greens (lettuce, arugula, radicchio)
- 1 pipino, diced
- 2 kamatis, hiniwa
- 1 pulang kampanilya paminta, tinadtad
- 1/2 tasa ng labanos, hiniwa
- 1/4 tasa sariwang dahon ng mint, tinadtad
- 1/4 tasa sariwang perehil, tinadtad
- 1/4 tasa ng langis ng oliba
- Juice ng 1 lemon
- 1 kutsarita sumac
- Asin at paminta para lumasa
- Pita na tinapay, inihaw at pinagpira-piraso

MGA TAGUBILIN:
a) Sa isang malaking mangkok, pagsamahin ang salad greens, cucumber, tomatoes, bell pepper, radishes, mint, at parsley.
b) Sa isang maliit na mangkok, haluin ang langis ng oliba, lemon juice, sumac, asin, at paminta.
c) Ibuhos ang dressing sa salad at ihagis upang pagsamahin.
d) Ibabaw ng toasted pita bread piraso bago ihain.

71. Cauliflower, Bean, at Rice Salad

MGA INGREDIENTS:
PARA SA SALAD:
- 1 tasang nilutong basmati rice, pinalamig
- 1 maliit na ulo ng cauliflower, gupitin sa mga florets
- 1 lata (15 oz) kidney beans, pinatuyo at binanlawan
- 1/2 tasa tinadtad na sariwang perehil
- 1/4 tasa tinadtad na sariwang dahon ng mint
- 1/4 tasa hiniwang berdeng sibuyas

PARA SA PAGBIBIBIS:
- 3 kutsarang langis ng oliba
- 2 kutsarang lemon juice
- 1 kutsarita ng ground cumin
- 1 kutsarita ng ground coriander
- Asin at paminta para lumasa

MGA TAGUBILIN:
a) Painitin muna ang oven sa 400°F (200°C).
b) Ihagis ang mga floret ng cauliflower na may kaunting olive oil, asin, at paminta.
c) Ikalat ang mga ito sa isang baking sheet at inihaw ng mga 20-25 minuto o hanggang sa maging ginintuang kayumanggi at malambot. Hayaang lumamig.
d) Magluto ng basmati rice ayon sa mga tagubilin sa pakete. Kapag luto na, hayaan itong lumamig sa temperatura ng silid.
e) Sa isang maliit na mangkok, haluin ang langis ng oliba, lemon juice, ground cumin, ground coriander, asin, at paminta. Ayusin ang pampalasa sa iyong panlasa.
f) Sa isang malaking mangkok ng salad, pagsamahin ang pinalamig na kanin, inihaw na cauliflower, kidney beans, tinadtad na perehil, tinadtad na mint, at hiniwang berdeng sibuyas.
g) Ibuhos ang dressing sa mga sangkap ng salad at ihagis nang dahan-dahan hanggang sa maayos ang lahat.
h) Palamigin ang salad nang hindi bababa sa 30 minuto bago ihain upang payagan ang mga lasa na maghalo.
i) Ihain ang pinalamig at palamutihan ng karagdagang sariwang damo kung ninanais.

72. Petsa at Walnut Salad

MGA INGREDIENTS:
- 1 tasa ng pinaghalong salad greens
- 1 tasang petsa, pitted at tinadtad
- 1/2 tasa ng mga walnuts, tinadtad
- 1/4 tasa feta cheese, gumuho
- Balsamic vinaigrette dressing

MGA TAGUBILIN:
a) Ayusin ang mga salad green sa isang serving platter.
b) Budburan ang mga tinadtad na petsa, mga walnut, at durog na feta cheese sa mga gulay.
c) Pahiran ng balsamic vinaigrette dressing.
d) Ihagis nang malumanay bago ihain.

73. Karot at Orange Salad

MGA INGREDIENTS:
- 4 na tasang ginutay-gutay na karot
- 2 dalandan, binalatan at pinaghiwa-hiwalay
- 1/4 tasa ng mga pasas
- 1/4 tasa tinadtad na pistachios
- Orange na vinaigrette dressing

MGA TAGUBILIN:
a) Sa isang malaking mangkok, pagsamahin ang mga ginutay-gutay na karot, orange na segment, pasas, at pistachio.
b) Pahiran ng orange na vinaigrette dressing.
c) Haluing mabuti at palamigin ng hindi bababa sa 30 minuto bago ihain.

DESSERT

74. Knafeh

MGA INGREDIENTS:
- 1 lb kataifi dough (ginutay-gutay na phyllo dough)
- 1 tasang unsalted butter, natunaw
- 2 tasang akkawi cheese, ginutay-gutay (o mozzarella)
- 1 tasang simpleng syrup (asukal at tubig)
- Dinurog na pistachios para sa dekorasyon

MGA TAGUBILIN:
a) Ihagis ang kataifi dough na may tinunaw na mantikilya at pindutin ang kalahati sa isang baking dish.
b) Budburan ang ginutay-gutay na keso sa ibabaw ng kuwarta.
c) Takpan ng natitirang kataifi dough at i-bake hanggang sa ginintuang.
d) Ibuhos ang simpleng syrup sa mainit na knafeh at palamutihan ng dinurog na pistachios.

75. Atayef

MGA INGREDIENTS:
- 2 tasang all-purpose na harina
- 1 kutsarang asukal
- 1 kutsarita ng baking powder
- 1 tasang tubig
- 1 tasang matamis na keso o mani (para sa pagpuno)
- Simple syrup para sa drizzling

MGA TAGUBILIN:
a) Paghaluin ang harina, asukal, baking powder, at tubig para maging batter.
b) Sa isang mainit na kawali, ibuhos ang maliliit na bilog ng batter upang makagawa ng mga mini pancake.
c) Maglagay ng isang kutsarang puno ng matamis na keso o mani sa gitna ng bawat pancake.
d) Tiklupin ang pancake sa kalahati, tinatakan ang mga gilid, at iprito hanggang sa ginintuang.
e) Ibuhos ang simpleng syrup bago ihain.

76. Basbousa (Revani)

MGA INGREDIENTS:
- 1 tasa ng semolina
- 1 tasang plain yogurt
- 1 tasang tuyo na niyog
- 1 tasang asukal
- 1/2 tasa unsalted butter, natunaw
- 1 kutsarita ng baking powder
- 1/4 tasa blanched almonds (para sa dekorasyon)
- Simpleng syrup

MGA TAGUBILIN:
a) Sa isang mangkok, paghaluin ang semolina, yogurt, niyog, asukal, tinunaw na mantikilya, at baking powder.
b) Ibuhos ang batter sa isang greased baking dish at pakinisin ang tuktok.
c) Maghurno hanggang sa ginintuang kayumanggi. Habang mainit pa, gupitin sa diyamante o parisukat na hugis.
d) Palamutihan ng mga blanched almond at ibuhos ang simpleng syrup sa mainit na basbousa .

77. Tamriyeh (Cookies na puno ng petsa)

MGA INGREDIENTS:
- 2 tasang all-purpose na harina
- 1 tasang unsalted butter, pinalambot
- 1 tasang petsa, pitted at tinadtad
- 1/2 tasa tinadtad na mga walnuts
- 1/4 tasa ng asukal
- 1 kutsarita ng giniling na kanela
- Powdered sugar para sa pag-aalis ng alikabok

MGA TAGUBILIN:

a) Sa isang mangkok, pagsamahin ang harina at pinalambot na mantikilya upang makagawa ng isang masa.
b) Sa isang hiwalay na mangkok, paghaluin ang mga petsa, mga walnuts, asukal, at kanela para sa pagpuno.
c) Kumuha ng maliliit na bahagi ng kuwarta, patagin, at ilagay ang isang kutsarang puno ng pinaghalong petsa sa gitna.
d) I-fold ang kuwarta sa ibabaw ng pagpuno, tinatakan ang mga gilid, at hugis sa isang gasuklay.
e) Maghurno hanggang sa ginintuang, pagkatapos ay dust na may powdered sugar bago ihain.

78. Qatayef

MGA INGREDIENTS:
- 2 tasang all-purpose na harina
- 1 kutsarita ng baking powder
- 1 kutsarang asukal
- 1 1/2 tasa ng tubig
- 1 tasang matamis na keso o mani (para sa pagpuno)
- Simple syrup para sa drizzling
- Dinurog na pistachios para sa dekorasyon

MGA TAGUBILIN:
a) Paghaluin ang harina, baking powder, asukal, at tubig para maging batter.
b) Sa isang mainit na kawali, ibuhos ang maliliit na bilog ng batter upang makagawa ng mga pancake.
c) Maglagay ng isang kutsarang puno ng matamis na keso o mani sa gitna at tiklupin ang pancake sa kalahati, tinatakan ang mga gilid.
d) Maghurno hanggang sa ginto. Ibuhos ang simpleng syrup at palamutihan ng dinurog na pistachio.

79.Harisseh

MGA INGREDIENTS:
- 1 tasa ng semolina
- 1 tasang plain yogurt
- 1/2 tasa ng asukal
- 1/4 tasa ng clarified butter (ghee)
- 1/4 tasa ng pinatuyong niyog
- 1 kutsarita ng baking powder
- Simple syrup para sa drizzling
- Mga almond para sa dekorasyon

MGA TAGUBILIN:
a) Paghaluin ang semolina, yogurt, asukal, clarified butter, desiccated coconut, at baking powder.
b) Ibuhos ang batter sa isang greased baking dish at pakinisin ang tuktok.
c) Maghurno hanggang sa ginintuang kayumanggi. Habang mainit pa, gupitin sa mga parisukat at lagyan ng simpleng syrup.
d) Palamutihan ng mga almendras.

80. Sesame Almond Squares

MGA INGREDIENTS:
- 1 tasang inihaw na linga
- 1 tasang asukal
- 1/4 tasa ng tubig
- 1 tasa blanched almonds, tinadtad
- 1 kutsarang rosas na tubig (opsyonal)

MGA TAGUBILIN:
a) Sa isang kawali, igisa ang linga hanggang sa ginintuang kayumanggi.
b) Sa isang hiwalay na kawali, pagsamahin ang asukal at tubig para maging syrup.
c) Magdagdag ng sesame seeds, almonds, at rose water sa syrup. Haluing mabuti.
d) Ibuhos ang pinaghalong sa isang greased dish, hayaan itong lumamig, at gupitin sa mga parisukat.

81. Awameh

MGA INGREDIENTS:
- 2 tasang all-purpose na harina
- 1 kutsarang yogurt
- 1 kutsarita ng baking powder
- Tubig (kung kinakailangan)
- Langis ng gulay para sa pagprito
- Simpleng syrup para sa pagbabad

MGA TAGUBILIN:
a) Paghaluin ang harina, yogurt, at baking powder. Magdagdag ng tubig nang paunti-unti upang makagawa ng isang makapal na batter.
b) Init ang mantika sa isang malalim na kawali. Ibuhos ang maliliit na bahagi ng batter sa mainit na mantika gamit ang isang kutsara.
c) Iprito hanggang sa ginintuang kayumanggi, pagkatapos ay ibabad sa simpleng syrup sa loob ng ilang minuto.
d) Ihain ang awameh nang mainit.

82. Rose Cookies (Qurabiya)

MGA INGREDIENTS:
- 2 tasang semolina
- 1 tasang ghee, natunaw
- 1 tasang may pulbos na asukal
- 1 kutsarita ng rosas na tubig
- Tinadtad na pistachios para sa dekorasyon

MGA TAGUBILIN:
a) Sa isang mangkok, paghaluin ang semolina, tinunaw na ghee, pulbos na asukal, at rosas na tubig upang bumuo ng kuwarta.
b) Hugis ang kuwarta sa maliliit na cookies.
c) Ilagay ang cookies sa isang baking sheet.
d) Maghurno sa isang preheated oven sa 350°F (175°C) nang mga 15-20 minuto o hanggang sa ginintuang.
e) Palamutihan ng tinadtad na pistachios at hayaang lumamig bago ihain.

83. Saging at Date Tart

MGA INGREDIENTS:
- 1 sheet na handa na puff pastry
- 3 hinog na saging, hiniwa
- 1 tasang petsa, pitted at tinadtad
- 1/2 tasa ng pulot
- Tinadtad na mani para sa dekorasyon

MGA TAGUBILIN:
a) Igulong ang puff pastry sheet at ilagay ito sa isang tart pan.
b) Ayusin ang hiniwang saging at tinadtad na petsa sa pastry.
c) Ibuhos ang pulot sa mga prutas.
d) Maghurno sa isang preheated oven sa 375°F (190°C) sa loob ng mga 20-25 minuto o hanggang sa maging ginintuang ang pastry.
e) Palamutihan ng tinadtad na mani bago ihain.

84.Saffron Ice Cream

MGA INGREDIENTS:
- 2 tasang mabigat na cream
- 1 tasang condensed milk
- 1/2 tasa ng asukal
- 1 kutsarita na mga sinulid ng safron, ibinabad sa maligamgam na tubig
- Tinadtad na pistachios para sa dekorasyon

MGA TAGUBILIN:
a) Sa isang mangkok, hagupitin ang mabigat na cream hanggang sa mabuo ang stiff peak.
b) Sa isang hiwalay na mangkok, paghaluin ang condensed milk, asukal, at saffron-infused water.
c) Dahan-dahang tiklupin ang pinaghalong condensed milk sa whipped cream.
d) Ilipat ang pinaghalong sa isang lalagyan at i-freeze nang hindi bababa sa 4 na oras.
e) Palamutihan ng tinadtad na pistachios bago ihain.

85.Cream Caramel (Muhallabia)

MGA INGREDIENTS:
- 1/2 tasa ng harina ng bigas
- 4 tasang gatas
- 1 tasang asukal
- 1 kutsarita ng rosas na tubig
- 1 kutsarita ng orange blossom water
- Tinadtad na pistachios para sa dekorasyon

MGA TAGUBILIN:
a) Sa isang kasirola, i-dissolve ang harina ng bigas sa isang maliit na halaga ng gatas upang lumikha ng isang makinis na paste.
b) Sa isang hiwalay na kaldero, init ang natitirang gatas at asukal sa katamtamang init.
c) Idagdag ang rice flour paste sa pinaghalong gatas, patuloy na pagpapakilos hanggang sa lumapot ang timpla.
d) Alisin mula sa init at ihalo sa rose water at orange blossom water.
e) Ibuhos ang timpla sa mga serving dish at hayaang lumamig.
f) Palamigin hanggang itakda.
g) Palamutihan ng tinadtad na pistachios bago ihain.

86. Mamoul na may Dates

MGA INGREDIENTS:
PARA SA DOUGH:
- 3 tasa ng semolina
- 1 tasang all-purpose na harina
- 1 tasang unsalted butter, natunaw
- 1/2 tasa ng butil na asukal
- 1/4 cup rose water o orange blossom water
- 1/4 tasa ng gatas
- 1 kutsarita ng baking powder

PARA SA PAGPUPUNO NG PETSA:
- 2 tasang pitted date, tinadtad
- 1/2 tasa ng tubig
- 1 kutsarang mantikilya
- 1 kutsarita ng giniling na kanela

PARA SA PAG-ALABAS (OPTIONAL):
- Powdered sugar para sa pag-aalis ng alikabok

MGA TAGUBILIN:
PAGPUPUNO NG PETSA:
a) Sa isang kasirola, pagsamahin ang mga tinadtad na petsa, tubig, mantikilya, at giniling na kanela.
b) Magluto sa katamtamang init, patuloy na pagpapakilos, hanggang ang mga petsa ay lumambot at ang timpla ay lumapot sa isang paste-like consistency.
c) Alisin sa init at hayaang lumamig.

MAMOUL DOUGH:
d) Sa isang malaking mixing bowl, pagsamahin ang semolina, all-purpose flour, at baking powder.
e) Magdagdag ng tinunaw na mantikilya sa pinaghalong harina at haluing mabuti.
f) Sa isang hiwalay na mangkok, pagsamahin ang asukal, rosas na tubig (o orange blossom water), at gatas. Haluin hanggang matunaw ang asukal.
g) Idagdag ang pinaghalong likido sa pinaghalong harina at masahin hanggang sa magkaroon ka ng makinis na masa. Kung ang kuwarta ay masyadong madurog, maaari kang magdagdag ng kaunti pang tinunaw na mantikilya o gatas.

h) Takpan ang kuwarta at hayaang humigit-kumulang 30 minuto hanggang isang oras.

PAGTITIPON NG MAMOUL COOKIES:

i) Painitin muna ang iyong oven sa 350°F (175°C).
j) Kumuha ng isang maliit na bahagi ng kuwarta at hugis ito ng isang bola. I-flat ang bola sa iyong kamay at maglagay ng maliit na halaga ng pagpuno ng petsa sa gitna.
k) Ilakip ang pagpuno sa kuwarta, na hinuhubog ito sa isang makinis na bola o isang hugis ng simboryo. Maaari mong gamitin ang Mamoul molds para sa dekorasyon kung mayroon ka nito.
l) Ilagay ang napunong cookies sa isang baking sheet na nilagyan ng parchment paper.
m) Maghurno ng 15-20 minuto o hanggang sa maging golden brown ang ilalim. Ang mga tuktok ay maaaring hindi magbago ng kulay.
n) Hayaang lumamig ang cookies sa baking sheet sa loob ng ilang minuto bago ilipat ang mga ito sa wire rack upang ganap na lumamig.

OPSYONAL NA PAG-ALABAS:

o) Kapag ang Mamoul cookies ay ganap na lumamig, maaari mo itong alikabok ng powdered sugar.

87. Syrian Namora

MGA INGREDIENTS:
- 200g Mantikilya (natunaw)
- 225g ng Asukal
- 3 Tasa (500g) Yoghurt
- 3 Cups (600g) Semolina (2.5 Cups Coarse Semolina at 0.5 Cup Fine Semolina)
- 3 kutsarang niyog (pinong tuyo)
- 2 tsp baking powder
- 1 kutsarang Rose Water o Orange Blossom Sugar Syrup

MGA TAGUBILIN:
SUGAR SYRUP:
a) Sa isang kasirola, pagsamahin ang 1 tasa ng asukal, ½ tasa ng tubig, at 1 kutsarita ng lemon juice.
b) Pakuluan ang timpla sa loob ng 5 hanggang 7 minuto sa katamtamang init, pagkatapos ay hayaan itong lumamig.

NAMORA:
c) Paghaluin ang tinunaw na mantikilya at asukal, haluin hanggang sa mahusay na pinagsama.
d) Magdagdag ng yoghurt sa pinaghalong at haluin muli hanggang sa ganap na pinagsama.
e) Paghaluin ang parehong magaspang at pinong semolina, baking powder, niyog, at rosas na tubig. Haluin hanggang makakuha ka ng makinis na batter.
f) Ibuhos ang batter sa mga cupcake pan. Opsyonal, palamutihan ang mga cupcake na may almond flakes.
g) Ihurno ang batter sa isang preheated oven sa 180 degrees Celsius sa loob ng 15 hanggang 20 minuto o hanggang sa maging golden brown.
h) Habang nasa oven ang mga cupcake, ihanda ang sugar syrup.
i) Kapag naluto na ang mga cupcake, ibuhos ang sugar syrup sa ibabaw nito habang mainit pa ang mga ito. Gagawin nitong basa-basa at malasa ang mga ito.

88. Syrian Date Brownies

MGA INGREDIENTS:
PARA SA DATE PASTE:
- 2 tasang pitted date, mas mabuti ang Medjool
- 1/2 tasa ng tubig
- 1 kutsarita ng lemon juice

PARA SA BROWNIE BATTER:
- 1/2 tasa unsalted butter, natunaw
- 1 tasa ng butil na asukal
- 2 malalaking itlog
- 1 kutsarita vanilla extract
- 1/2 tasa ng all-purpose na harina
- 1/3 tasa ng unsweetened cocoa powder
- 1/4 kutsarita ng baking powder
- 1/4 kutsarita ng asin
- 1/2 tasa ng tinadtad na mani (walnut o almond), opsyonal

MGA TAGUBILIN:
DATE PASTE:
a) Sa isang maliit na kasirola, pagsamahin ang pitted dates at tubig.
b) Pakuluan sa katamtamang apoy at lutuin ng mga 5-7 minuto o hanggang malambot ang mga petsa.
c) Alisin mula sa init at hayaan itong lumamig nang bahagya.
d) Ilipat ang pinalambot na mga petsa sa isang food processor, magdagdag ng lemon juice, at timpla hanggang makakuha ka ng makinis na paste. Itabi.

BROWNIE BATTER:
e) Painitin muna ang iyong oven sa 350°F (175°C). Grasa at lagyan ng parchment paper ang isang baking pan.
f) Sa isang malaking mixing bowl, haluin ang tinunaw na mantikilya at asukal hanggang sa maayos na pagsamahin.
g) Magdagdag ng mga itlog nang paisa-isa, matalo nang mabuti pagkatapos ng bawat karagdagan. Ihalo ang vanilla extract.
h) Sa isang hiwalay na mangkok, salain ang harina, cocoa powder, baking powder, at asin.
i) Dahan-dahang idagdag ang mga tuyong sangkap sa mga basang sangkap, paghahalo hanggang sa pagsamahin lamang.
j) I-fold ang date paste at tinadtad na nuts (kung ginagamit) sa brownie batter hanggang sa pantay-pantay.
k) Ibuhos ang batter sa inihandang baking pan at ikalat ito nang pantay-pantay.
l) Maghurno sa preheated oven sa loob ng 25-30 minuto o hanggang lumabas ang isang toothpick na ipinasok sa gitna na may kasamang ilang basa-basa na mumo.
m) Hayaang lumamig nang lubusan ang brownies sa kawali bago hiwain ng mga parisukat.
n) Opsyonal: Alikabok ang pinalamig na brownies ng cocoa powder o powdered sugar para sa dekorasyon.

89.Baklava

MGA INGREDIENTS:
- 1 pakete ng phyllo dough
- 1 tasang unsalted butter, natunaw
- 2 tasang halo-halong mani (walnut, pistachios), pinong tinadtad
- 1 tasa ng butil na asukal
- 1 kutsarita ng giniling na kanela
- 1 tasang pulot
- 1/4 tasa ng tubig
- 1 kutsarita ng rosas na tubig (opsyonal)

MGA TAGUBILIN:
a) Painitin muna ang oven sa 350°F (175°C).
b) Sa isang mangkok, ihalo ang tinadtad na mani na may asukal at kanela.
c) Maglagay ng isang sheet ng phyllo dough sa isang greased baking pan, brush na may tinunaw na mantikilya, at ulitin para sa tungkol sa 10 layers.
d) Iwiwisik ang isang layer ng pinaghalong nut sa ibabaw ng phyllo.
e) Ipagpatuloy ang pagpapatong ng phyllo at nuts hanggang sa maubusan ka ng mga sangkap, na nagtatapos sa tuktok na layer ng phyllo.
f) Gamit ang isang matalim na kutsilyo, gupitin ang baklava sa mga hugis diyamante o parisukat.
g) Maghurno para sa 45-50 minuto o hanggang sa ginintuang kayumanggi.
h) Habang nagluluto ang baklava, painitin ang pulot, tubig, at rosas na tubig (kung ginagamit) sa isang kasirola sa mahinang apoy.
i) Kapag tapos na ang baklava, agad na ibuhos ang mainit na pinaghalong pulot dito.
j) Hayaang lumamig ang baklava bago ihain.

90. Halawet el Jibn (Syrian Sweet Cheese Rolls)

MGA INGREDIENTS:
- 1 tasang ricotta cheese
- 1 tasa ng semolina
- 1/2 tasa ng asukal
- 1/4 tasa unsalted butter
- 1 tasang gatas
- 1 kutsarang orange blossom water
- Blanch almonds para sa dekorasyon
- Tinadtad na phyllo dough para igulong

MGA TAGUBILIN:
a) Sa isang kasirola, pagsamahin ang ricotta cheese, semolina, asukal, mantikilya, at gatas.
b) Magluto sa katamtamang init, patuloy na pagpapakilos hanggang sa lumapot ang timpla.
c) Alisin sa init at ihalo sa orange blossom water.
d) Hayaang lumamig ang timpla.
e) Kumuha ng maliliit na bahagi ng pinaghalong at balutin ang mga ito sa ginutay-gutay na phyllo dough, na bumubuo ng maliliit na rolyo.
f) Palamutihan ng blanched almonds.
g) Ihain ang matamis na cheese roll na ito bilang isang masarap na dessert o kasama ng iyong breakfast spread.

91. Basbousa (Semolina Cake)

MGA INGREDIENTS:
- 1 tasa ng semolina
- 1 tasa ng butil na asukal
- 1 tasang plain yogurt
- 1/2 tasa unsalted butter, natunaw
- 1 kutsarita ng baking powder
- 1/4 tasa ng pinatuyong niyog (opsyonal)
- 1/4 tasa blanched almonds o pine nuts para sa dekorasyon

SYRUP:
- 1 tasa ng butil na asukal
- 1/2 tasa ng tubig
- 1 kutsarang rosas na tubig
- 1 kutsarang orange blossom water

MGA TAGUBILIN:
a) Painitin muna ang oven sa 350°F (175°C).
b) Sa isang mangkok, paghaluin ang semolina, asukal, yogurt, tinunaw na mantikilya, baking powder, at desiccated coconut hanggang sa maayos na pagsamahin.
c) Ibuhos ang batter sa isang greased baking pan.
d) Pakinisin ang ibabaw gamit ang isang spatula at gupitin sa mga hugis na brilyante.
e) Maglagay ng almond o pine nut sa gitna ng bawat brilyante.
f) Maghurno para sa 30-35 minuto o hanggang sa ginintuang kayumanggi.
g) Habang nagluluto ang cake, ihanda ang syrup sa pamamagitan ng pagpapakulo ng asukal at tubig hanggang sa matunaw ang asukal.
h) Alisin mula sa init at magdagdag ng rose water at orange blossom water.
i) Kapag tapos na ang cake, ibuhos ang syrup sa ibabaw nito habang mainit pa.
j) Hayaang masipsip ng basbousa ang syrup bago ihain.

92. Znoud El Sit (Syrian Cream-Filled Pastry)

MGA INGREDIENTS:
- 10 sheet ng phyllo dough
- 1 tasang mabigat na cream
- 1/4 tasa ng butil na asukal
- 1 kutsarita ng rosas na tubig
- Langis ng gulay para sa pagprito
- Simpleng syrup (1 tasa ng asukal, 1/2 tasa ng tubig, 1 kutsarita ng lemon juice, pinakuluan hanggang sa syrup)

MGA TAGUBILIN:
a) Sa isang mangkok, hagupitin ang mabibigat na cream na may asukal at rosas na tubig hanggang sa mabuo ang mga stiff peak.
b) Gupitin ang mga phyllo sheet sa mga parihaba (mga 4x8 pulgada).
c) Maglagay ng isang kutsara ng whipped cream sa isang dulo ng bawat parihaba.
d) Tiklupin ang mga gilid sa cream at i-roll up na parang tabako.
e) Init ang langis ng gulay sa isang malalim na kawali at iprito ang mga pastry hanggang sa ginintuang kayumanggi.
f) Isawsaw ang piniritong pastry sa inihandang simpleng syrup.
g) Hayaang lumamig ang znoud el bago ihain.

93. Mafroukeh (Semolina at Almond Dessert)

MGA INGREDIENTS:
- 2 tasang semolina
- 1 tasang unsalted butter
- 1 tasa ng butil na asukal
- 1 tasang buong gatas
- 1 tasa blanched almonds, toasted at tinadtad
- Simpleng syrup (1 tasa ng asukal, 1/2 tasa ng tubig, 1 kutsarita ng orange blossom na tubig, pinakuluan hanggang sa syrup)

MGA TAGUBILIN:
a) Sa isang kawali, matunaw ang mantikilya at magdagdag ng semolina. Haluin nang tuluy-tuloy hanggang sa ginintuang kayumanggi.
b) Magdagdag ng asukal at magpatuloy sa paghahalo hanggang sa maayos na pinagsama.
c) Dahan-dahang magdagdag ng gatas habang hinahalo upang maiwasan ang mga bukol. Lutuin hanggang lumapot ang timpla.
d) Alisin mula sa init at ihalo sa toasted at tinadtad na mga almendras.
e) Pindutin ang pinaghalong sa isang serving dish at hayaan itong lumamig.
f) Gupitin sa hugis diyamante at ibuhos ang inihandang simpleng syrup sa mafroukeh.
g) Hayaang sumipsip ng syrup bago ihain.

94.Red Pepper at Baked Egg Galettes

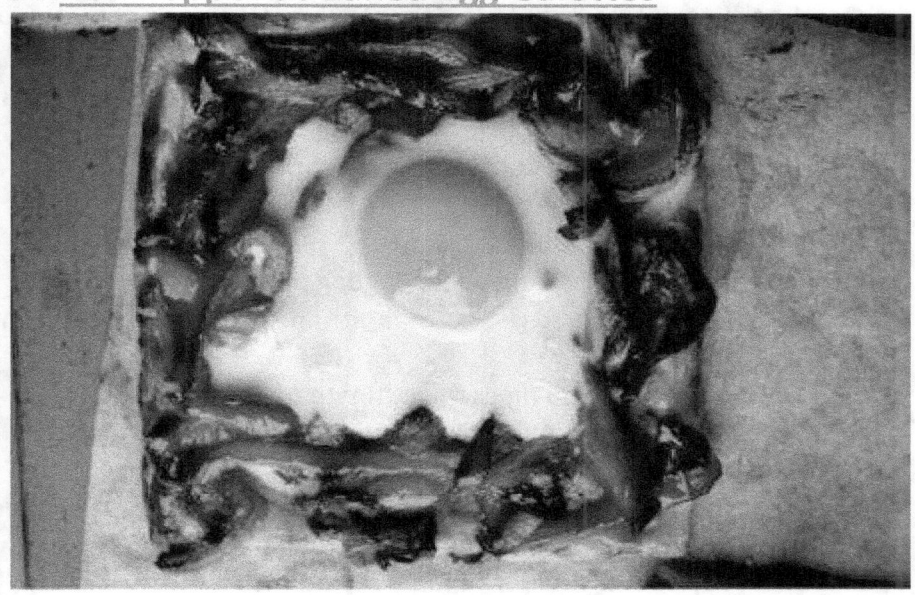

MGA INGREDIENTS:
- 4 na katamtamang pulang paminta, hinati, pinagbinhi, at gupitin ng ⅜ pulgada / 1 cm ang lapad
- 3 maliit na sibuyas, hatiin at gupitin sa mga wedges na ¾ pulgada / 2 cm ang lapad
- 4 thyme sprigs, mga dahon ay kinuha at tinadtad
- 1½ tsp ground coriander
- 1½ tsp ground cumin
- 6 na kutsarang langis ng oliba, dagdag pa para matapos
- 1½ kutsarang flat-leaf na dahon ng parsley, tinadtad nang magaspang
- 1½ kutsarang dahon ng cilantro, tinadtad nang magaspang
- 9 oz / 250 g pinakamahusay na kalidad, all-butter puff pastry
- 2 tbsp / 30 g kulay-gatas
- 4 na malalaking free-range na itlog (o 5½ oz / 160 g feta cheese, gumuho), kasama ang 1 itlog, bahagyang pinalo
- asin at sariwang giniling na itim na paminta

MGA TAGUBILIN:

a) Painitin muna ang oven sa 400°F / 210°C. Sa isang malaking mangkok, paghaluin ang mga sili, sibuyas, dahon ng thyme, giniling na pampalasa, langis ng oliba, at isang kurot na asin. Ikalat sa isang litson na kawali at inihaw sa loob ng 35 minuto, pagpapakilos ng ilang beses sa panahon ng pagluluto. Ang mga gulay ay dapat na malambot at matamis ngunit hindi masyadong malutong o kayumanggi, dahil mas lulutuin ang mga ito. Alisin mula sa oven at ihalo ang kalahati ng sariwang damo. Tikman para sa pampalasa at itabi. Painitin ang oven sa 425°F / 220°C.

b) Sa ibabaw ng bahagyang floured, igulong ang puff pastry sa isang 12-inch / 30cm square na humigit-kumulang ⅛ pulgada / 3 mm ang kapal at gupitin sa apat na 6-inch / 15cm squares. Tusukin ang lahat ng mga parisukat gamit ang isang tinidor at ilagay ang mga ito, na may mahusay na espasyo , sa isang baking sheet na nilagyan ng parchment paper. Iwanan upang magpahinga sa refrigerator ng hindi bababa sa 30 minuto.

c) Alisin ang pastry mula sa refrigerator at i-brush ang tuktok at gilid ng pinalo na itlog. Gamit ang isang offset na spatula o sa likod ng isang kutsara, ikalat ang 1½ kutsarita ng sour cream sa bawat parisukat, na nag-iiwan ng ¼-pulgada / 0.5cm na hangganan sa paligid ng mga gilid. Ayusin ang 3 kutsara ng pinaghalong paminta sa ibabaw ng mga parisukat na may tuktok na kulay-gatas, na iniwang malinaw na tumaas ang mga hangganan. Dapat itong ikalat nang pantay-pantay, ngunit mag-iwan ng isang mababaw na balon sa gitna upang hawakan ang isang itlog mamaya.

d) Ihurno ang mga galette sa loob ng 14 minuto. Kunin ang baking sheet mula sa oven at maingat na basagin ang isang buong itlog sa balon sa gitna ng bawat pastry. Ibalik sa oven at lutuin ng isa pang 7 minuto, hanggang sa maitakda na ang mga itlog. Budburan ng itim na paminta at ang natitirang mga halamang gamot at lagyan ng mantika. Ihain nang sabay-sabay.

95. Herb Pie

MGA INGREDIENTS:
- 2 kutsarang langis ng oliba, dagdag pa para sa pagsisipilyo ng pastry
- 1 malaking sibuyas, diced
- 1 lb / 500 g Swiss chard, mga tangkay at dahon na pinong ginutay-gutay ngunit pinananatiling hiwalay
- 5 oz / 150 g celery, hiniwa nang manipis
- 1¾ oz / 50 g berdeng sibuyas, tinadtad
- 1¾ oz / 50 g arugula
- 1 oz / 30 g flat-leaf parsley, tinadtad
- 1 oz / 30 g mint, tinadtad
- ¾ oz / 20 g dill, tinadtad
- 4 oz / 120 g anari o ricotta cheese, gumuho
- 3½ oz / 100 g may edad na Cheddar cheese, gadgad
- 2 oz / 60 g feta cheese, gumuho
- gadgad na zest ng 1 lemon
- 2 malaking free-range na itlog
- ⅓ tsp asin
- ½ tsp sariwang giniling na itim na paminta
- ½ tsp superfine sugar
- 9 oz / 250 g filo pastry

MGA TAGUBILIN:

a) Painitin muna ang oven sa 400°F / 200°C. Ibuhos ang langis ng oliba sa isang malaki at malalim na kawali sa katamtamang init. Idagdag ang sibuyas at igisa sa loob ng 8 minuto nang hindi nababato. Idagdag ang mga tangkay ng chard at ang kintsay at ipagpatuloy ang pagluluto sa loob ng 4 na minuto, paminsan-minsang pagpapakilos. Idagdag ang mga dahon ng chard, dagdagan ang apoy sa katamtamang mataas, at pukawin habang nagluluto ka ng 4 na minuto, hanggang sa matuyo ang mga dahon. Idagdag ang berdeng sibuyas, arugula, at herbs at lutuin ng 2 minuto pa. Alisin mula sa init at ilipat sa isang colander upang palamig.

b) Kapag ang timpla ay lumamig na, pisilin ang mas maraming tubig hangga't maaari at ilipat sa isang mangkok ng paghahalo. Idagdag ang tatlong keso, lemon zest, itlog, asin, paminta, at asukal at haluing mabuti.

c) Maglagay ng isang sheet ng filo pastry at i-brush ito ng kaunting olive oil. Takpan ng isa pang sheet at magpatuloy sa parehong paraan hanggang sa magkaroon ka ng 5 layer ng filo brushed na may mantika, lahat ay sumasaklaw sa isang lugar na sapat na malaki upang ihanay ang mga gilid at ibaba ng isang 8½-inch / 22cm na pie dish, at dagdag na isasabit sa gilid. . Ihanay ang pie dish sa pastry, punuin ng herb mix, at tiklupin ang labis na pastry sa gilid ng filling, putulin ang pastry kung kinakailangan upang lumikha ng ¾-inch / 2cm border.

d) Gumawa ng isa pang set ng 5 filo layer na pinahiran ng mantika at ilagay ang mga ito sa ibabaw ng pie. Kuskusin nang kaunti ang pastry upang lumikha ng isang kulot, hindi pantay na tuktok at gupitin ang mga gilid upang masakop lamang nito ang pie. Brush na may langis ng oliba at maghurno para sa 40 minuto, hanggang sa ang filo ay maging isang magandang ginintuang kayumanggi. Alisin mula sa oven at ihain nang mainit o sa temperatura ng kuwarto.

96.Burekas

MGA INGREDIENTS:
- 1 lb / 500 g pinakamahusay na kalidad, all-butter puff pastry
- 1 malaking free-range na itlog, pinalo

RICOTTA FILLING
- ¼ tasa / 60 g cottage cheese
- ¼ tasa / 60 g ricotta cheese
- ⅔ tasa / 90 durog na feta cheese
- 2 tsp / 10 g unsalted butter, natunaw

PECORINO FILLING
- 3½ kutsara / 50 g ricotta cheese
- ⅔ tasa / 70 g gadgad na may edad na pecorino cheese
- ⅓ tasa / 50 g gadgad na may edad na Cheddar na keso
- 1 leek, hiwa sa 2-pulgada / 5cm na mga segment, blanched hanggang malambot, at pinong tinadtad (¾ tasa / 80 g sa kabuuan)
- 1 kutsarang tinadtad na flat-leaf parsley
- ½ tsp sariwang giniling na itim na paminta

MGA BINHI
- 1 tsp nigella seeds
- 1 tsp sesame seeds
- 1 tsp dilaw na buto ng mustasa
- 1 tsp caraway seeds
- ½ tsp chile flakes

MGA TAGUBILIN:
a) Igulong ang pastry sa dalawang 12-inch / 30cm squares bawat ⅛ pulgada / 3 mm ang kapal. Ilagay ang mga pastry sheet sa isang baking sheet na may parchment-lined—maaari silang magpahinga sa ibabaw ng isa't isa, na may isang sheet ng parchment sa pagitan-at iwanan sa refrigerator sa loob ng 1 oras.
b) Ilagay ang bawat hanay ng mga filling ingredients sa isang hiwalay na mangkok. Haluin at itabi. Paghaluin ang lahat ng buto sa isang mangkok at itabi.
c) Gupitin ang bawat pastry sheet sa 4-inch / 10cm squares; dapat kang makakuha ng kabuuang 18 parisukat. Hatiin ang unang pagpuno nang pantay-pantay sa kalahati ng mga parisukat, sandok ito sa gitna ng bawat parisukat. I-brush ang dalawang magkatabing gilid ng bawat parisukat na may itlog at pagkatapos ay tiklupin ang parisukat sa kalahati upang bumuo ng isang tatsulok. Itulak ang anumang hangin at kurutin nang mahigpit ang mga gilid. Gusto mong pindutin nang husto ang mga gilid para hindi bumukas habang nagluluto. Ulitin ang natitirang mga parisukat na pastry at ang pangalawang pagpuno. Ilagay sa isang baking sheet na nilagyan ng parchment at palamigin sa refrigerator ng hindi bababa sa 15 minuto upang matigas. Painitin ang oven sa 425°F / 220°C.
d) I-brush ang dalawang maikling gilid ng bawat pastry na may itlog at isawsaw ang mga gilid na ito sa pinaghalong binhi; kaunting buto, ⅙ pulgada lamang / 2 mm ang lapad, ang kailangan lang, dahil nangingibabaw ang mga ito. I-brush din ang tuktok ng bawat pastry na may ilang itlog, iwasan ang mga buto.
e) Siguraduhin na ang mga pastry ay may pagitan ng mga 1¼ pulgada / 3 cm. Maghurno para sa 15 hanggang 17 minuto, hanggang sa ginintuang kayumanggi ang lahat. Ihain nang mainit o sa temperatura ng kuwarto. Kung ang ilan sa mga palaman ay tumalsik mula sa mga pastry sa panahon ng pagluluto, dahan-dahan lamang itong ipasok muli kapag sila ay sapat na upang mahawakan.

97.Ghraybeh

MGA INGREDIENTS:
- ¾ tasa plus 2 tbsp / 200 g ghee o clarified butter, mula sa refrigerator upang ito ay solid
- ⅔ tasa / 70 g ng asukal sa mga confectioner
- 3 tasa / 370 g all-purpose na harina, sinala
- ½ tsp asin
- 4 tsp orange blossom water
- 2½ tsp rosas na tubig
- mga 5 tbsp / 30 g unsalted pistachios

MGA TAGUBILIN:
a) Sa isang stand mixer na nilagyan ng whip attachment, pagsamahin ang ghee at asukal ng mga confectioner sa loob ng 5 minuto, hanggang sa malambot, mag-atas, at maputla. Palitan ang latigo gamit ang beater attachment, idagdag ang harina, asin, at orange blossom at rosas na tubig, at haluin para sa isang magandang 3 hanggang 4 na minuto, hanggang sa isang pare-pareho, makinis na kuwarta.
b) I-wrap ang kuwarta sa plastic wrap at palamigin ng 1 oras.
c) Painitin muna ang oven sa 350°F / 180°C. Kurutin ang isang piraso ng kuwarta, na tumitimbang ng humigit-kumulang ½ oz / 15 g, at igulong ito sa isang bola sa pagitan ng iyong mga palad. Bahagyang patagin at ilagay sa baking sheet na nilagyan ng parchment paper. Ulitin sa natitirang bahagi ng kuwarta, ayusin ang mga cookies sa mga sheet na may linya at hiwalay ang mga ito nang maayos. Pindutin ang 1 pistachio sa gitna ng bawat cookie.
d) Maghurno sa loob ng 17 minuto, siguraduhin na ang cookies ay hindi magkakaroon ng anumang kulay ngunit lutuin lamang. Alisin mula sa oven at hayaang ganap na lumamig.
e) Itabi ang cookies sa lalagyan ng airtight nang hanggang 5 araw.

98. Mutabbaq

MGA INGREDIENTS:
- ⅔ tasa / 130 g unsalted butter, natunaw
- 14 na sheet ng filo pastry, 12 by 15½ inches / 31 by 39 cm
- 2 tasa / 500 g ricotta cheese
- 9 oz / 250 g malambot na keso ng gatas ng kambing
- dinurog na unsalted pistachios, para palamutihan (opsyonal)
- SYRUP
- 6 tbsp / 90 ML ng tubig
- bilugan 1⅓ tasa / 280 g superfine sugar
- 3 kutsarang sariwang kinatas na lemon juice

MGA TAGUBILIN:

a) Painitin ang oven sa 450°F / 230°C. I-brush ang isang mababaw na rimmed baking sheet na mga 11 by 14½ inches / 28 by 37 cm na may ilan sa natunaw na mantikilya. Ikalat ang isang filo sheet sa itaas, ilagay ito sa mga sulok at hayaan ang mga gilid na nakabitin. Brush lahat ng mantikilya, itaas ng isa pang sheet, at magsipilyo muli ng mantikilya. Ulitin ang proseso hanggang sa magkaroon ka ng 7 sheet na pantay na nakasalansan, bawat isa ay nilagyan ng mantikilya.

b) Ilagay ang ricotta at goat's milk cheese sa isang mangkok at i-mash kasama ng isang tinidor, ihalo nang mabuti. Ikalat sa itaas na filo sheet, na nag-iiwan ng ¾ pulgada / 2 cm na malinaw sa gilid. I-brush ang ibabaw ng keso na may mantikilya at itaas ang natitirang 7 sheet ng filo, na lagyan ng mantikilya ang bawat isa.

c) Gumamit ng gunting upang gupitin ang halos ¾ pulgada / 2 cm mula sa gilid ngunit hindi umaabot sa keso, upang manatiling maayos itong naka-sealed sa loob ng pastry. Gamitin ang iyong mga daliri upang dahan-dahang isuksok ang mga gilid ng filo sa ilalim ng pastry upang magkaroon ng maayos na gilid. Magsipilyo ng mas maraming mantikilya sa kabuuan. Gumamit ng matalim na kutsilyo upang gupitin ang ibabaw sa humigit-kumulang 2¾-pulgada / 7cm na mga parisukat, na nagpapahintulot sa kutsilyo na halos umabot sa ilalim ngunit hindi masyadong. Maghurno para sa 25 hanggang 27 minuto, hanggang sa ginintuang at malutong.

d) Habang nagluluto ang pastry, ihanda ang syrup. Ilagay ang tubig at asukal sa isang maliit na kasirola at haluing mabuti gamit ang isang kahoy na kutsara. Ilagay sa katamtamang apoy, pakuluan, idagdag ang lemon juice, at kumulo ng dahan-dahan sa loob ng 2 minuto. Alisin mula sa init.

e) Dahan-dahang ibuhos ang syrup sa pastry sa sandaling ilabas mo ito sa oven, siguraduhing nababad ito nang pantay-pantay. Iwanan upang lumamig sa loob ng 10 minuto. Budburan ng dinurog na pistachios, kung gagamit, at gupitin sa mga bahagi.

99.Sherbat

MGA INGREDIENTS:
- 1 litro ng Gatas
- 1 tasang Asukal
- 1/2 tasa ng Cream
- Ilang patak ang Vanilla Essence
- 1 kutsarita ng Hiniwang Almendras
- 1 kutsarita ng Hiniwang Pistachios
- 1 kutsarang Vanilla Custard
- 1 kurot Saffron

MGA TAGUBILIN:
a) Sa isang palayok, pakuluan ang gatas.
b) Magdagdag ng asukal, cream, vanilla essence, vanilla custard, saffron, hiniwang almond, at hiniwang pistachio sa kumukulong gatas.
c) Lutuin ang timpla sa mahinang apoy hanggang lumapot ang gatas. Haluin ng tuloy-tuloy para hindi dumikit sa ilalim.
d) Alisin ang palayok mula sa apoy at hayaang lumamig ang sherbat sa temperatura ng kuwarto.
e) Sa sandaling lumamig, ilagay ang timpla sa refrigerator upang palamig nang husto.
f) Handa nang ihain ang Sherbat.
g) Ibuhos ang pinalamig na sherbat sa mga baso at palamutihan ng karagdagang mga hiniwang almond at pistachio kung ninanais.

100.Pudding ng Qamar al-Din

MGA INGREDIENTS:
- 1 tasang pinatuyong apricot paste (Qamar al-Din)
- 4 tasang tubig
- 1/2 tasa ng asukal (adjust sa panlasa)
- 1/4 tasa ng gawgaw
- 1 kutsarita ng orange blossom water (opsyonal)
- Tinadtad na mani para sa dekorasyon

MGA TAGUBILIN:
a) Sa isang kasirola, i-dissolve ang apricot paste sa tubig sa katamtamang init.
b) Magdagdag ng asukal at haluin hanggang matunaw.
c) Sa isang hiwalay na mangkok, paghaluin ang cornstarch na may kaunting tubig upang lumikha ng isang makinis na paste.
d) Dahan-dahang idagdag ang cornstarch paste sa pinaghalong aprikot, patuloy na hinahalo hanggang lumapot.
e) Alisin sa init at ihalo sa orange blossom na tubig kung gagamitin.
f) Ibuhos ang timpla sa mga serving dish at hayaang lumamig.
g) Palamigin hanggang itakda.
h) Palamutihan ng tinadtad na mani bago ihain.

KONGKLUSYON

Habang tinatapos namin ang aming masasarap na paglalakbay sa pamamagitan ng "Bethlehem: modern na pagtingin sa palestinian cuisine" umaasa kaming naranasan mo ang kagalakan sa pagtuklas sa mga kontemporaryong lasa na nagmumula sa puso ng Palestine. Ang bawat recipe sa loob ng mga pahinang ito ay isang pagdiriwang ng pagiging bago, pampalasa, at mabuting pakikitungo na tumutukoy sa mga pagkaing Palestinian—isang testamento sa masaganang tapiserya ng mga lasa na ginagawang mahal na mahal ang lutuin.

Natikman mo man ang ginhawa ng maqluba, tinanggap ang iba't ibang mezze, o nagpakasawa sa tamis ng mga mapag-imbentong dessert, nagtitiwala kami na ang mga recipe na ito ay nagpasiklab sa iyong pagkahilig sa pagluluto ng Palestinian. Higit pa sa mga sangkap at pamamaraan, nawa'y ang konsepto ng isang modernong pagkuha sa lutuing Palestinian ay maging mapagkukunan ng koneksyon, pagdiriwang, at pagpapahalaga sa mga tradisyon sa pagluluto na nagsasama-sama ng mga tao.

Habang patuloy mong ginalugad ang mundo ng pagluluto ng Palestinian, nawa'y ang "Bethlehem" ang maging iyong pinagkakatiwalaang kasama, na gumabay sa iyo sa iba't ibang pagkain na nakakakuha ng esensya ng Palestine. Narito ang pagtikim ng matapang at nuanced na lasa, pagbabahagi ng mga pagkain sa mga mahal sa buhay, at pagtanggap sa init at mabuting pakikitungo na tumutukoy sa lutuing Palestinian. Sahtein!

www.ingramcontent.com/pod-product-compliance
Lightning Source LLC
Chambersburg PA
CBHW071320110526
44591CB00010B/955